Ekta japanskar uppskriftir matreiðslubók

Uppgötvaðu bragðið frá Japan með 100 hefðbundnum réttum

Páll Egilsson

Efnisyfirlit

INNGANGUR

Japönsk matargerð er ein sú elsta í heimi, með fjölbreytta og ríka matreiðslusögu. Japanskar uppskriftir eru mismunandi eftir svæðum, en þú getur fundið mikið af korni, sojavörum, sjávarfangi, eggjum, grænmeti, ávöxtum, fræjum og hnetum í þeim. Vegna mikils sjávarfangs og áhrifa búddismans á samfélagið er kjúklingur, nautakjöt, lambakjöt og svínakjöt notað sparlega. Japönsk matargerð er líka einstaklega næringarrík, holl og orkurík. Hvort sem þú ert að leita að gufusoðnum réttum, soðnum réttum, grillréttum, djúpsteiktum réttum eða eddikréttum, þá finnurðu mikið úrval af valkostum.

JAPANSKAR UPPskriftir

1. Eggaldin tempura með hnetusósu

hráefni

Sósa

- 2 rauð chili (lítill)
- 10 msk hnetuolía
- 6 matskeiðar af tahini
- 2 msk ljós sojasósa
- 2 msk rauðvínsedik

Eggaldin & deig

- 8 eggaldin (lítil þétt hvít-fjólublá eggaldin ca. 80 g stykkið)
- 400 grömm af hveiti
- 4 msk jurtaolía
- 2 msk tartar lyftiduft
- 600 ml af freyðivatni (ísköldu)
- Jurtaolía (til djúpsteikingar)

Deco

- 2 vorlaukar
- 2 tsk sesamfræ (hvítt)

undirbúningur

Fyrir sósuna

1. Hreinsið og þvoið chilipiparinn, skerið í tvennt endilangt og fjarlægið fræin. Skerið chilli paprikuna í bita, rífið smátt með hnetuolíu í mortéli. Blandið chilliolíu, tahini, sojasósu og ediki saman við.

FYRIR eggaldin & deig

2. Hreinsið eggaldinin, skolið, þurrkið og fjórðu þau á lengdina. Blandið saman hveiti, olíu,

lyftidufti og sódavatni með þeytara til að mynda sléttan tempura deig.

3. Hitið djúpsteikingarolíuna í stórum potti í ca. 160-180 gráður. Best er að draga eggaldin í gegnum tempura-deigið með tússpennu eða (pralínu) gaffli og hella þeim varlega í heita olíuna. Bakið í skömmtum við meðalhita í ca. 4 mínútur þar til þær eru gullinbrúnar og stökkar. Takið upp úr olíunni með sleif og látið renna af í stutta stund á eldhúspappír.

Fyrir Skreytinguna

1. Hreinsið, þvoið, helmingið og skerið vorlaukinn í mjög fína strimla. Setjið í kalt vatn þar til tilbúið til framreiðslu.
2. Raðið eggaldini tempura með smá sósu á diska, stráið nokkrum vorlauksstrimlum og sesamfræjum yfir. Berið fram strax.

2. Miso kartöflur með grænum aspas

hráefni

- 500 grömm af kartöflum (þríningar)
- 400 millilítra dashi
- 100 grömm af þurru shiitake
- 4 matskeiðar misó (létt líma)
- 500 grömm af frosnu edamame
- 10 grænir aspasstilkar
- 2 búnt radísur
- Salt
- 2 matskeiðar hrísgrjónaedik
- svart sesam

undirbúningur

1. Afhýðið, þvoið og skerið kartöflurnar í tvennt. Hitið dashi og shiitake, látið hvíla í 10 mínútur. Takið shiitake úr soðinu með skeið, ekki nota það lengur. Bætið kartöflunum út í soðið og látið malla í um 10 mínútur. Bætið misóinu út í, hrærið og eldið í 10 mínútur í viðbót.
2. Á meðan skaltu afhýða edamameið úr fræbelgjunum. Þvoið aspasinn, afhýðið neðri þriðjunginn og skerið viðarkenndan af. Skerið aspasstönglana í 4 jafna bita. Hreinsaðu radísurnar, fjarlægðu ung blöðin, þvoðu radísurnar og skerðu þær í tvennt eða fernt eftir stærð. Skolið radísublöðin vel undir köldu vatni og setjið til hliðar.
3. Setjið grænmetið nema radísurnar í gufubað. Hellið um 1 cm af vatni í viðeigandi pott og látið suðuna koma upp. Setjið suðupottinn varlega á pönnuna og gufið grænmetið með lokinu lokað í um 6 mínútur þar til það er al dente.
4. Takið gufusoðna grænmetið úr pottinum, setjið í skál, blandið radísum, salti og hrísgrjónaedikí saman við og kryddið eftir

smekk. Berið soðnu miso kartöflurnar fram með gufusoðnu grænmeti og radishlaufum. Stráið smá svörtum sesamfræjum yfir og berið fram.

3. Dashi með stökku grænmeti

hráefni

Grænmeti

- 1 gulrót
- 6 stilkar af spergilkál (villt spergilkál, ca. 150 g; eða "Bimi", spergilkál með löngum stöngli)
- 2 stilkar af sellerí
- 100 grömm kóngasveppir (skera í þunnar strimla eða brúna kassasveppi)
- 1 vorlaukur
- 100 grömm af sykurbaunum

- 20 grömm af engifer
- 150 grömm af lótusrótum (fáanlegt sem frosnar sneiðar í Asíubúðinni)

Seyði

- 1 lítra dashi
- 100 millilítra sake
- 50 millilítrar Mirin (sætt japanskt hrísgrjónavín)
- 2 msk ljós sojasósa
- 4 msk engiferolía
- 4 kóríanderstilkar (til að strá)

undirbúningur

Fyrir grænmeti

1. Afhýðið gulrótina og skerið í fína strimla. Þvoið spergilkálið, styttið stilkana aðeins. Hreinsið selleríið, fjarlægið þræðina, ef þarf, þvoið og skerið í þunnar sneiðar mjög á ská. Ef nauðsyn krefur, skera beykisveppina úr undirlaginu.
2. Hreinsið og þvoið vorlaukinn, skerið líka á ská í hringa. Hreinsið og þvoið sykurbaunirnar, skerið mjög stóra fræbelg í tvennt í horn.

- 20 grömm af engifer
- 150 grömm af lótusrótum (fáanlegt sem frosnar sneiðar í Asíubúðinni)

Seyði

- 1 lítra dashi
- 100 millilítra sake
- 50 millilítrar Mirin (sætt japanskt hrísgrjónavín)
- 2 msk ljós sojasósa
- 4 msk engiferolía
- 4 kóríanderstilkar (til að strá)

undirbúningur

Fyrir grænmeti

1. Afhýðið gulrótina og skerið í fína strimla. Þvoið spergilkálið, styttið stilkana aðeins. Hreinsið selleríið, fjarlægið þræðina, ef þarf, þvoið og skerið í þunnar sneiðar mjög á ská. Ef nauðsyn krefur, skera beykisveppina úr undirlaginu.
2. Hreinsið og þvoið vorlaukinn, skerið líka á ská í hringa. Hreinsið og þvoið sykurbaunirnar, skerið mjög stóra fræbelg í tvennt í horn.

3. Dashi með stökku grænmeti

hráefni

Grænmeti

- 1 gulrót
- 6 stilkar af spergilkál (villt spergilkál, ca. 150 g; eða "Bimi", spergilkál með löngum stöngli)
- 2 stilkar af sellerí
- 100 grömm kóngasveppir (skera í þunnar strimla eða brúna kassasveppi)
- 1 vorlaukur
- 100 grömm af sykurbaunum

Afhýðið engiferið og skerið í mjög fína strimla.

Fyrir The Broth

1. Látið suðuna koma upp í dashi og kryddið með sake, mirin, sojasósu og engiferolíu. Látið tilbúið grænmeti og frosnar lótusrótarsneiðar malla við vægan hita í um 8 mínútur þar til þær verða stökkar.
2. Skolið og þurrkið kóríander og tínið blöðin. Raðið dashi og grænmeti í skálar, stráið kóríanderlaufum yfir og berið fram.

4. Soba núðlur með steiktum sveppum

hráefni

- 200 grömm af shiitake sveppum (litlir, ferskir)
- 1 rauður chilli
- 1 msk ljós sojasósa
- 4 tsk hrísgrjónasíróp
- 6 msk sesamolía (ristuð)
- 200 grömm af bleikum sveppum
- 100 grömm af enoki sveppum (langstofnuð afbrigði; í vel birgðum matvöruverslunum eða á markaði)
- 400 grömm soba (japanskar bókhveiti núðlur)
- 1 lítri af dashi
- 4 kóríander (eða taílenska basil) stilkar

undirbúningur

1. Hreinsið shiitake og skerið þurru stilkendana af. Hreinsið chillipiparinn, skolið og skerið í þunna hringa (vinnið með eldhúshanska). Blandið sojasósunni, hrísgrjónasírópinu, chilli og sesamolíu saman við og blandið síðan saman við shiitake sveppunum. Látið malla í um 30 mínútur.
2. Í millitíðinni skaltu hreinsa sveppina og skera þá í þunnar sneiðar. Skerið enokisveppina af stönglinum. Útbúið soba núðlur samkvæmt leiðbeiningunum á pakkanum.
3. Setjið shiitake sveppina á pönnu og steikið þá í um 2 mínútur. Hitið dashi soðið.
4. Setjið fullunnar núðlur, steikta shiitake, hráa sveppi og enokisveppi í skálar og hellið heitu dashisoði yfir þær. Skolið kóríander, hristið þurrt og setjið ofan á pastað. Berið fram strax.

5. Dashi seyði

hráefni

- 4 ræmur af þörungalaufum (kombu þörungar, þurrkað þang; hver um sig um 2 x 10 cm að stærð; td á lífrænum markaði eða Asíubúð)
- 6 þurrkaðir shiitake (um 15 g)

undirbúningur

1. Setjið kombu þörungana og shiitake sveppina í pott með 1 lítra af köldu vatni. Hitið vatnið hægt í um 60 gráður (vinnið með hitamæli). Dragðu pottinn af helluborðinu. Látið soðið standa með loki á í 30 mínútur.

2. Hellið soðinu í gegnum fínt sigti og notaðu það í aðrar uppskriftir eða geymdu það vel lokað í krukku með skrúfu í kæli. Dashi-soðið endist þar í 3-4 daga.

6. Silkitófú með litríkum gulrótum

hráefni

- 1 tsk af svörtum sesamfræjum
- 2 lífrænar appelsínur
- 4 teskeiðar af léttri sojasósu
- 2 teskeiðar af sítrónusafa
- 2 teskeiðar af engiferolíu
- 5 msk appelsínusulta
- 800 grömm af lífrænum gulrótum (gular, rauðfjólubláar)
- salt
- msk sesamolía (ristað)
- 800 grömm af silki tofu

- 4 taílenska basilstilkar

undirbúningur

1. Steikið svarta sesamið á pönnunni án fitu og fjarlægið síðan. Skolið appelsínur með heitu vatni, þerrið þær og rífið berkina smátt. Haldið appelsínu og kreistið safann úr. Blandið saman appelsínuberki og safa, sojasósu, sítrónusafa, engiferolíu og appelsínusultu og kryddið eftir smekk.
2. Hreinsið og afhýðið gulræturnar og skerið þær í fínar, jafnar stangir. Sjóðið vatnið í potti, sjóðið gulrótarstangirnar í því í um það bil 2 mínútur þannig að þær verði enn stökkar, hellið síðan af og hellið í ísvatnið í stutta stund. Tæmið stangirnar, saltið létt og blandið saman við sesamolíuna.
3. Skerið tófúið í 3 x 4 cm bita, raðið og dreypið appelsínudressingunni yfir. Setjið gulrótarstangirnar við hlið tófúsins og stráið sesamfræjum yfir. Skolið tælensku basilíkuna af, þurrkið, tínið blöðin og stráið gulræturnar yfir.

7. Anko (rauð baunamauk)

hráefni

- 250 grömm af adzuki baunum
- 200 grömm af sykri
- vatn

undirbúningur

1. Hyljið adzuki baunirnar í skál með vatni og látið liggja í bleyti yfir nótt.
2. Daginn eftir skaltu tæma vatnið og setja baunirnar í pott. Setjið vatn yfir og látið suðuna koma upp einu sinni.

3. Tæmið síðan vatnið og hyljið baunirnar með fersku vatni og eldið í um 60 mínútur þar til þær eru mjúkar. Afhellingin tryggir að ankó bragðist ekki beiskt síðar.
4. Hellið eldunarvatninu af og safnað saman smá af því. Hrærið sykrinum út í adzuki baunirnar þannig að hann leysist upp. Að lokum maukið belgjurtirnar til að búa til mauk. Ef þéttleikinn er of þykkur skaltu hræra smá matreiðsluvatni út í.

8. Ramen súpa með piparrót

hráefni

- ½ stangir Allium (blaðlaukur)
- 1 laukur
- 2 hvítlauksgeirar
- 80 grömm af engifer (ferskt)
- 2 matskeiðar af olíu
- 1 svínahnúi
- 1 kíló af kjúklingavængjum
- salt
- 2 stykki (kombu þörungar; þurrkaðir þörungar; Asíubúð)
- 30 grömm af þurrkuðum shiitake
- 1 búnt af vorlauk

- 2 msk sesamfræ (létt)
- 1 blað af nori
- 6 egg
- 300 grömm af ramen núðlum
- 50 grömm misó (létt)
- 2 msk Mirin (japanskt hvítvín)
- 65 grömm af piparrót
- Sesamolía (ristað)

undirbúningur

1. Hreinsið og þvoið blaðlaukinn og skerið í stóra bita. Afhýðið laukinn og hvítlaukinn, fjórðu laukinn. Þvoið 60 g af engifer og skerið í sneiðar. Hitið olíu á pönnu. Ristið blaðlauk, lauk, hvítlauk og engifer í honum við háan hita þar til hann er ljósbrúnn.
2. Setjið steikta grænmetið með skolaða svínahnúknum og kjúklingavængjum í stóran pott og fyllið upp með 3,5 lítra af vatni. Hitið allt hægt að suðu og látið malla við vægan hita án loks í um 3 klst. Fjarlægðu hækkandi froðu. Eftir 2 klukkustundir skaltu krydda soðið með salti.
3. Hellið soðinu í gegnum fínt sigti í annan pott (gerir ca. 2,5-3 l). Kannski fituhreinsa soðið aðeins. Þurrkaðu kombu þangið af með rökum

klút. Bætið shiitake sveppunum og kombu þörungunum út í heita soðið og látið malla í 30 mínútur.

4. Fjarlægðu svínakjötið af börknum, fitunni og beinum og skerið í hæfilega stóra bita. Ekki nota kjúklingavængina í súpuna (sjá ráð).
5. Afhýðið engiferið sem eftir er og skerið í þunnar strimla. Hreinsið og þvoið vorlaukinn, skerið í fína hringa og setjið í kalt vatn. Ristið sesamfræin á þurri pönnu þar til þau eru ljósbrún. Skerið nori þangið í fjórða hluta, ristið í stutta stund á þurri pönnu og skerið í mjög fína strimla. Tínið egg, sjóðið í sjóðandi vatni í 6 mínútur, skolið með köldu vatni, afhýðið vandlega. Sjóðið pastað í sjóðandi vatni í 3 mínútur, hellið í sigti, skolið stuttlega með köldu og skolið síðan af.
6. Takið sveppina og combi-þörungana úr soðinu. Fjarlægðu sveppastilka, saxaðu sveppahettur smátt, ekki lengur nota samþörunga. Hitið soðið (ekki sjóða). Hrærið miso paste og mirin út í, bætið söxuðum shiitake sveppum út í. Tæmið vorlaukinn í sigti. Afhýðið piparrótina.
7. Skiptið soðinu í skálar. Setjið svínahnúðinn, núðlur, helminga egg, sesamfræ, engifer,

vorlauk og nori þang út í. Berið fram með miklu af nýrifriðri piparrót og sesamolíu.

9. Súrsalt engifer

hráefni

- 200 grömm af engifer
- 2 teskeiðar af salti
- 120 millilítra af hrísgrjónaediki
- 2 tsk sykur

undirbúningur

1. Þvoið fyrst og afhýðið engiferhnýði. Skerið síðan í mjög fínar sneiðar.
2. Blandið engifersneiðunum saman við saltið í skál og látið malla í um klukkutíma. Þeytið svo engiferið með eldhúspappír.

3. Hitið hrísgrjónaedikið og sykurinn að suðu við meðalhita svo sykurinn leysist upp. Bætið svo engifersneiðunum út í og hrærið vel.
4. Hellið engiferinu með heita soðinu í sæfð glas og lokaðu vel. Súrsaða engiferið ætti að draga í um það bil viku áður en hægt er að nota það.

10. Ramen núðlur með steiktu grænmeti

hráefni

- 200 grömm af gulrótum
- 200 grömm af blómkáli
- 200 grömm af kúrbít
- 2 msk ólífuolía
- salt
- 2 msk sólblómafræ
- 10 graslauksstangir
- 180 grömm af ramen núðlum (án eggs)
- 1 glas ("Viva Aviv Dressing" fyrir grænmeti frá Spice Nerds og BRIGITTE; 165 ml)
- Pipar (mögulega nýmalaður)

undirbúningur

1. Hitið ofninn í 220 gráður, hringrásarloft 200 gráður, gasstig 5.
2. Hreinsið og þvoið gulrætur, blómkál og kúrbít og skerið í 2-3 cm langa bita. Blandið saman við ólífuolíu og ½ teskeið salti og setjið á bökunarpappírsklædda ofnplötu. Steikið í heitum ofni í um 18-20 mínútur.
3. Ristið sólblómafræin á pönnu án fitu. Fjarlægja. Þvoið og þurrkið graslaukinn, skerið í rúllur. Eldið pastað samkvæmt leiðbeiningum á pakkanum. Hitið grænmetisdressinguna.
4. Hellið pastanu af og setjið á disk með ristuðu grænmetinu. Hellið dressingunni yfir, stráið graslauk og sólblómafræjum yfir. Kryddið með salti og pipar ef þarf.

11. Aspas sushi skál með kóríanderlaxi

hráefni

- 200 grömm af basmati hrísgrjónum (eða ilmandi hrísgrjónum)
- salt

sósu

- 2 msk (Yuzu safi, japanskur sítrónusafi, sjá vöruupplýsingar, að öðrum kosti sítrónusafa)
- 3 msk sojasósa
- 1 tsk sesamolía (ristuð)
- 1 msk fiskisósa
- 3 matskeiðar ketjap manis
- ½ búnt af graslauk

- 90 grömm af shiitake sveppum (litlir)
- 100 grömm af radísum (litlar)
- 500 grömm af grænum aspas
- ½ tsk kóríanderfræ
- 3 stykki af laxaflökum (100 g hvert, tilbúið til eldunar án roðs eða beina)
- Pipar (nýmalaður)
- 2 matskeiðar af olíu
- 6 (graslauksblóm)

undirbúningur

1. Eldið hrísgrjón í léttsöltu vatni samkvæmt leiðbeiningum á pakkanum eða í hrísgrjónavél. Haltu soðnum hrísgrjónum heitum.

Fyrir sósuna

2. Blandið saman yuzu safa, sojasósu, sesamolíu, fiskisósu og ketjap manis.
3. Skolaðu og þurrkaðu graslaukinn, skera í rúllur. Hreinsið sveppina, skerið stilkana stutt, skerið stærri sveppi í tvennt. Hreinsið og skolið radísurnar, skerið stærri radísur í sneiðar.
4. Skolið aspasinn, afhýðið neðri þriðjunginn, skerið endana af. Sjóðið aspasinn í stutta

stund í sjóðandi söltu vatni í 3-4 mínútur. Tæmið, skerið þykkar stangir í tvennt eftir endilöngu.

5. Myljið kóríander í mortéli. Kryddið laxabitana með salti, pipar og kóríander. Hitið 1 matskeið af olíu á húðuðu pönnu. Steikið laxinn í honum við háan hita í 2-3 mínútur á hvorri hlið. Síðustu 2 mínúturnar bætið við 1 matskeið af olíu, bætið við sveppunum og steikið. Bætið 2 msk af sósunni út í og blandið öllu saman í stutta stund.
6. Raðið hrísgrjónum, aspas, radísum, sveppum og laxi í skálar. Stráið graslauk og nokkrum rifnum graslauksblómum yfir. Hellið afganginum af sósunni yfir og berið fram.

12. Kantarellu núðlur með konjac núðlum

hráefni

- 250 grömm af kantarellum
- 300 grömm af radicchio
- 150 grömm af fennel (baby fennel)
- 30 grömm af furuhnetum
- 1 skalottlaukur
- 3 timjan
- 50 grömm af beikoni
- Pipar (nýmalaður)
- 200 núðlur (konjak núðlur, sjá vöruupplýsingar)
- 2 msk ljós sojasósa
- 1 matskeið hrísgrjónavínsedik
- 100 grömm af burrata (eða mozzarella)

undirbúningur

1. Hreinsaðu kantarellurnar. Hreinsið radicchio, þvoið blöðin, þurkið og skerið í strimla. Hreinsið og þvoið fenneluna, skerið í mjög þunnar sneiðar eða skerið í sneiðar og kryddið með salti. Setjið fennel grænmetið til hliðar.
2. Ristið furuhneturnar á pönnu án fitu þar til þær eru gullinbrúnar. Skerið skalottlaukana í teninga og sneiðið í smátt. Þvoið timjan, þurrkið og takið blöðin af stilkunum.
3. Steikið beikonið hægt á pönnu án fitu við meðalhita. Takið beikonsneiðarnar af pönnunni, hellið af á eldhúspappír og haldið heitum.
4. Steikið skalottlaukana í heitri fitunni af beikoninu, bætið kantarellunum og timjaninu út í og steikið þær heitar. Kryddið með salti og pipar.
5. Setjið pastað í sigti, skolið vandlega með köldu vatni og undirbúið samkvæmt leiðbeiningum á pakkanum. Blandið tæmdu pastanu og radicchio ræmunum saman við sojasósuna og ediki, blandið sveppunum saman við og berið fram með burrata og

beikonsneiðum. Dreifið furuhnetum, nýmöluðum pipar og fennelgrænu yfir og berið fram strax.

13. Tofu miso súpa með soba núðlum

hráefni

- Soba (soba núðlur: spaghetti úr bókhveiti og hveiti)
- 2 tsk sesamolía (ristuð)
- 1 msk sesamfræ
- 4 vorlaukar

- 2 mini agúrkur
- 100 grömm af spínatlaufum
- 200 grömm af tofu
- $1\frac{1}{4}$ lítra grænmetiskraftur
- 1 stykki af engifer (ca. 20 g)
- 2 tsk (instant wakame þörungar)
- $2\frac{1}{2}$ msk Shiro miso (mauk frá lífrænum eða asískum markaði)
- Kóríanderlauf (til skrauts)

undirbúningur

1. Eldið soba núðlurnar samkvæmt leiðbeiningunum á pakkanum. Hellið í sigti, skolið vel af og blandið saman við sesamolíuna. Ristið sesamfræin á pönnu sem festist ekki þar til þau eru gullinbrún. Taktu það af eldavélinni og láttu það kólna.
2. Hreinsið og þvoið vorlaukinn, skerið hvítu og ljósgrænu hlutana í fína hringa. Þvoið gúrkurnar og skerið í um það bil 3 cm langa stangir. Raðið spínatinu, þvoið og hristið þurrt, fjarlægið grófa stilka. Þurrkaðu tófúið og skerið í 2 cm teninga.
3. Látið suðuna koma upp í potti. Afhýðið engiferið og skerið í sneiðar, bætið út í soðið með þanginu og látið malla í um 2 mínútur.

Blandið miso-maukinu saman við 5 matskeiðar af vatni þar til það er slétt, bætið við soðið og látið sjóða í 5 mínútur í viðbót. Bætið svo tófúi, vorlauk og gúrku út í súpuna og látið suðuna koma upp.

4. Til að bera fram skaltu þvo kóríander og hrista það þurrt. Dreifið soba núðlunum og spínatinu í skálar eða bolla og hellið sjóðandi soðinu yfir. Dreifið ristað sesamfræjum og kóríanderlaufum ofan á. Berið fram strax.

14. Gyozas

hráefni

Fylling

- 200 grömm af svínahakki (helst lífrænt)
- 10 grömm af þurrkuðum shiitake
- 10 grömm af þurrkuðum sveppum (Mu-Err sveppir)
- 50 grömm af gulrótum
- ½ rauðlaukur
- 1 hvítlauksgeiri
- 7 matskeiðar af olíu
- 1 msk fiskisósa (asísk búð eða stórmarkaður)

- salt
- Pipar (nýmalaður)

Sósa

- 30 millilítrar hrísgrjónaedik (svartur)
- 50 ml af sojasósu
- 24 (frystar gyoza deigblöð, ca. 120 g;)

undirbúningur

Fyrir Fyllinguna

1. Takið hakkið úr ísskápnum um 30 mínútum áður en það er eldað. Leggið báðar tegundir sveppa í bleyti í volgu vatni í um 30 mínútur.

fyrir sósuna

2. Blandið saman svörtu hrísgrjónaediki og sojasósu og setjið til hliðar.
3. Hreinsið, afhýðið og rífið gulræturnar smátt. Tæmið bleyttu sveppina, kreistið þá vel út og skerið stilkana af. Saxið hetturnar smátt. Afhýðið lauk og hvítlauk og saxið smátt.
4. Hitið 3 matskeiðar af olíu á pönnu sem festist ekki, steikið sveppi, lauk og hvítlauk í 5 mínútur. Látið það síðan kólna. Hnoðið

hakkið með sveppablöndunni og rifnum gulrótum og kryddað með fiskisósu, smá salti og pipar.

5. Þiðið gyoza laufin. Takið aðeins 1 smjördeig úr bunkanum og setjið um 11/2 tsk af fyllingunni í miðjuna. Penslið brún deigsins allt í kring með smá köldu vatni, brjótið neðri helming deigsins yfir fyllinguna og kreistið hana í bylgjuform á annarri hliðinni. Gerðu það sama með fyllingar- og sætabrauðsblöðin sem eftir eru, notaðu bara 1 blað í einu svo að þunnt bakkelsi þorni ekki, útbúið alls 24 Gyozas.
6. Hitið 2-3 matskeiðar af olíu á stórri pönnu sem festist ekki. Steikið um 12 bollur með bylgjusauminn upp í 2 mínútur við háan hita þar til þær verða stökkar. Eldið síðan, þakið, við vægan til meðalhita í um 4-5 mínútur.
7. Fjarlægðu tilbúnu kökurnar varlega af botninum á pönnunni og haltu þeim heitum. Gerðu það sama með gyozas sem eftir eru. Berið gyozas fram með sósunni.

15. Aspassalat með nautakjötstataki

hráefni

Tataki

- 400 grömm af nautaflökum (helst lífræn)
- 1 tsk sesamolía (ristað)
- 3 msk sojasósa
- 30 grömm af skýru smjöri

Klæðaburður

- 2 skalottlaukar
- 200 ml af grænmetissoði
- 5 msk lime safi
- 5 msk olía (td hnetuolía)
- 2 tsk sesamolía (ristað)
- 1 tsk wasabi
- Pipar (nýmalaður)

- 1 tsk engifersíróp

Salat

- 1 kíló af aspasstönglum (litaðir, að öðrum kosti grænir og hvítir aspasstilkar)
- 100 grömm af shiitake sveppum
- 100 grömm af brúnum sveppum
- salt
- 20 grömm af smjöri
- 1 tsk af sykri
- 1 búnt af rakettu
- 1 tsk sesamfræ

undirbúningur

Fyrir Tataki

1. Þurrkaðu kjötið með eldhúspappír. Blandið saman sesamolíu og sojasósu og penslið kjötið með því. Vefjið inn í matarfilmu og látið standa í kæliskáp í um 2 klst.
2. Takið kjötið úr álpappírnum og látið það hvíla og tempra við stofuhita í 30 mínútur. Hitið skýrt smjör á pönnu og steikið kjötið á öllum hliðum. Takið það svo af pönnunni, pakkið inn í álpappír og látið kólna alveg. Síðar skera

kjötið í mjög þunnar sneiðar og setja ofan á salatið til að bera fram.

Fyrir The Dressing

1. Afhýðið og skerið skalottlaukana smátt. Látið suðuna koma upp og eldið skalottlaukana í því í um það bil 1 mínútu. Hrærið limesafa, hnetu- og sesamolíu, wasabi, pipar og engifersíróp út í. Kryddið dressinguna eftir smekk og setjið til hliðar.

Fyrir Salatið

2. Skolið aspasoddana og skerið endana stutta. Flysjið heila aspasstilka og skerið í 2-3 cm langa bita. Fjarlægðu stilkana af shiitake sveppunum og skerðu hetturnar í sneiðar. Hreinsið sveppina og skerið í fernt eða áttundu eftir stærð.
3. Hitið nóg af vatni, smá salti, smjöri og sykri að suðu. Eldið aspasinn í honum í 4-6 mínútur. Bætið shiitake sveppunum út í og eldið í eina mínútu í viðbót. Hrærið 2-3 matskeiðar af aspasvatni út í dressinguna. Tæmið aspas og shiitake sveppi, skolið af í stutta stund og blandið varlega saman við volgu dressinguna. Látið malla í um 1 klst.

4. Raðið rakettan, skolið, hristið þurrt og blandið saman við aspasinn ásamt sveppunum. Kryddið salatið aftur með salti og pipar. Raðið kjötsneiðunum á salatið.
5. Ristið sesamfræin á pönnu þar til þau eru gullinbrún, fjarlægðu. Stráið smá pipar yfir salatið og berið fram.

16. Matcha ís

hráefni

- 2 msk matcha (matcha te duft)
- 140 grömm af sykri
- 4. Lífrænar eggjarauður
- 200 ml af mjólk
- 200 grömm af þeyttum rjóma
- 200 grömm af bláberjum
- Matcha (Matcha teduft til að rykhreinsa)

undirbúningur

1. Blandið saman matcha duftinu og 2 msk sykri. Þeytið eggjarauðurnar og afganginn af

sykri með handþeytara í að minnsta kosti 5 mínútur þar til létt og rjómakennt.

2. Hitið mjólkina varlega í potti (allt að um 80 gráður), bætið svo nokkrum skeiðum af mjólkinni út í teduftblönduna án þess að koma á frekari hita og hrærið vel saman svo að engir kekkir sjáist. Bætið svo temaukinu út í restina af volgu mjólkinni og hrærið vel.
3. Bætið eggjarauðukreminu út í matcha-mjólkurblönduna, hrærið vel og látið kólna. Þeytið rjómann þar til hann er stífur og blandið saman við.
4. Helltu blöndunni í ísvélina sem er í gangi og láttu hana frysta í 30 mínútur þar til hún er kremkennd.
5. Án ísvélar, hellið rjómanum í málmmót og setjið í frysti.
6. Eftir 30 mínútur er hrært í blöndunni stuttlega, fryst aftur og hrært vel aftur eftir 1 klukkustund. Settu það svo aftur í frysti í að minnsta kosti 2 klst.
7. Raðið bláberjunum, skolið og látið renna vel af á pappírshandklæði. Mótaðu ísinn í kúlur með ísskeið og berðu fram með bláberjunum.
8. Berið fram rykað með smá dufttei.

17. Matcha latte

hráefni

- 1 tsk matcha (matcha te duft)
- 400 millilítra mjólk (að öðrum kosti soja- eða möndlumjólk)
- Matcha (Matcha teduft til að rykhreinsa)

undirbúningur

1. Hellið matchadufti í skál með 100 ml af heitu vatni og þeytið þar til það er froðukennt með bambusþeytara fyrir matcha te (eða notaðu lítinn þeytara).
2. Skiptið teinu á milli 2 glösanna.

3. Hitið mjólk (ekki sjóða) og þeytið með mjólkurfreyði þar til hún er kremkennd.
4. Hellið mjólk hægt út í teið. Stráið smá matchadufti yfir og berið fram matcha latte strax.

18. Ramen brauð

hráefni

- 500 grömm af kjúklingavængi (helst lífrænir)
- 800 grömm af svínakjöti (ferskt, helst lífrænt)
- 80 grömm af engifer
- 4 hvítlauksrif
- 1 blaðlaukur
- 500 grömm af gulrótum
- 100 ml af sojasósu
- 100 ml af mirin (hrísgrjónavín til matreiðslu)
- salt

- 25 grömm af smjöri (kalt)

Kombu Dashi (þörungasveppir mjúkir)

- 1 stykki af þangi (kombu þang, þurrkað þang, um 8 g)
- 4 þurrkaðir shiitake (25 g)

undirbúningur

1. Hitið ofninn í 220 gráður, blástur í 200 gráður, gasmark 5.
2. Skolið kjúklingavængina, þerrið þær og dreifið á bökunarplötu. Steikið á efstu hillunni í ofni í um 30 mínútur þar til þær eru gullinbrúnar. Settu svínakjöt í sigti og settu í stóra skál eða í vaskinn. Hellið sjóðandi vatni yfir kjötið (til að koma í veg fyrir mögulega skýju í seinna soðinu).
3. Afhýðið engiferið og skerið í sneiðar. Þrýstu hvítlauknum á vinnuborðið og fjarlægðu hýðið. Hreinsið blaðlaukinn, skolið og skerið í litla teninga. Skrælið gulræturnar og skerið þær líka.
4. Setjið tilbúið grænmeti, steikta kjúklingavængi og svínakjöt í stóran pott eða steikarpönnu. Hellið 3-3,5 lítrum af köldu vatni (nóg til að hylja allt vel), sojasósu og

mirin út í og kryddið með 1 tsk af salti. Látið suðuna koma rólega upp við meðalhita og látið malla mjög varlega í um 3 klukkustundir án loks. Skerið ef froða myndast.

Fyrir Kombu Dashi

1. Kombu þörungunum í helminga og liggja í bleyti í heitu vatni í um 10 mínútur. Leggið shiitake í bleyti stuttlega í volgu vatni.
2. Taktu kombu og shiitake upp úr vatninu. Látið malla saman í litlum potti með 250 ml af vatni við vægan til meðalhita í um 20 mínútur; ekki sjóða freyðandi, annars gæti bragðið orðið súrt.
3. Hellið þörungakraftinum í gegnum fínt sigti og setjið til hliðar (gerir um 140 ml). Ekki halda áfram að nota shiitake og kombu.
4. Fjarlægðu svínakjötið úr kjötsoðinu, notaðu það mögulega fyrir „ramen með svínakjöti og eggi". Fjarlægðu líka vængina (sjá ráð). Hellið soðinu í gegnum sigti sem er klætt með ostaklút.
5. Hitið soðið aftur, bætið smjörinu út í og hrærið kröftuglega með sleif. Hellið svo

kombu dashi út í, kryddið eftir smekk og haltu áfram að nota.

19. Ramen með kjúklingi og graskeri

hráefni

- 400 grömm af kjúklingabringum (helst lífræn)
- msk sojasósa (soja sesamsósa)
- msk chilisósa
- 3 msk sesamfræ
- ½ teskeið af salti
- 40 grömm af engifer
- 250 grömm af Hokkaido
- ½ búnt af kóríander
- 1 ⅓ lítra seyði (ramen seyði)

- 250 grömm af soba (úr bókhveiti eða hveiti ramen núðlum)
- 3 msk misó (létt líma, 75 g)

undirbúningur

1. Skolið kjúklingabringurnar, þurrkið þær og nuddið 2 matskeiðar af sósum í hvert. Lokið og kælið við stofuhita í að minnsta kosti 2 klukkustundir, helst yfir nótt.
2. Ristið sesamið og saltið á pönnu þar til það er gullinbrúnt, fjarlægið.
3. Afhýðið engiferið og skerið í mjög fína strimla. Þvoið og hreinsið graskerið vel og skerið í um 1/2 cm þykkar sneiðar. Ef nauðsyn krefur, skera stór eyður í tvennt. Þvoið kóríanderið, þurrkið það og takið blöðin af stilkunum.
4. Látið suðuna koma upp og látið kjúklingaflökin malla við vægan hita í 15-20 mínútur. Takið kjötið úr soðinu, setjið lok á og látið hvíla í stutta stund.
5. Setjið graskersbátana og engiferið í heita soðið, setjið lok á og eldið í um 7 mínútur. Fjarlægðu graskerið og engiferið með sleif og haltu heitu.

6. Sjóðið pastað í vatni samkvæmt leiðbeiningum á umbúðum, skolið af. Bætið misóinu út í heita soðið og blandið stuttlega saman með handþeytaranum. Skerið kjúklingaflökin í þunnar sneiðar.
7. Setjið 1-2 matskeiðar af hvorri af kryddsósunum tveimur í 4 forhitaðar súpuskálar. Dreifið pastanu, kjúklingnum, graskerinu og engiferinu á skálarnar og hellið heitu misósoðinu yfir. Dreifið sesamsalti og kóríanderlaufum yfir og berið fram. Ef þú vilt geturðu kryddað súpuna með sósunum tveimur.

20. Ramen með sveppum, tofu og kimchi

hráefni

- 300 grömm af tofu (mjúkt)
- 6 msk sojasósa (soja-sesamsósa)
- 6 msk chilli sósa
- 1 búnt af graslauk
- 1 ⅓ lítra af seyði (ramen seyði)
- 100 grömm af brúnum sveppum (eða shiitake sveppum)
- 250 grömm af ramen núðlum (eða þykkar udon núðlur, gerðar úr hveiti)
- 100 grömm af grænmeti (kimchi, kóreskt súrsað grænmeti)

- 1 msk svört sesamfræ

undirbúningur

1. Skerið tófúið í 2 cm teninga, blandið saman við 2 matskeiðar hverrar sósunnar og látið standa í að minnsta kosti 10 mínútur. Skolið graslaukinn, þerrið hann og skerið í 3-4 cm langa bita.
2. Látið suðuna koma upp. Hreinsið sveppina, skerið litlu sýnin þvers og kruss á sveppahettuna, helmingið eða skiptið þeim stærri í fjórða. Bætið sveppunum út í soðið og látið malla við meðalhita í um 10 mínútur. Bætið tofu við soðið og hitið í því. Eldið pastað samkvæmt leiðbeiningum á pakkanum og látið renna af.
3. Tæmið kimchi, skerið í hæfilega bita og skiptið á milli 4 forhitaðar súpuskálar. Dreypið 1 msk af kryddsósunum yfir þær og dreifið núðlunum á skálarnar.
4. Dreifið líka sveppunum, tófúinu og soðinu á skálarnar. Berið fram graslauk og sesamfræ stráð yfir. Ef þú vilt geturðu kryddað súpuna með sósunum tveimur.

21. Ramen með svínakviði og eggi

hráefni

- 4 lífræn egg
- 9 msk sojasósa (soja sesamsósa)
- 200 grömm af radísum (hvítar)
- 1 tsk smjör
- 3 msk brauðrasp (ferskt eða panko, japanskt brauðrasp)
- 1 klípa af salti
- 3 vorlaukar
- 800 grömm af svínakjöti (kalt, soðið)
- msk chilisósa
- 250 grömm af ramen núðlum

- 1 ⅓ lítra seyði (ramen seyði)
- 1 tsk chilli (Togarashi, japansk chilli blanda eða hálf blanda af chiliflögum og svörtu sesam)

undirbúningur

1. Hitið ofninn í 200 gráður, hringrásarloft 180 gráður, gasstig 4.
2. Stingið í eggin og eldið í vatni í um 7 mínútur þar til þau eru orðin vaxkennd. Tæmið, skolið með köldu vatni og afhýðið. Hellið 3-4 matskeiðum af sojasesamsósu yfir eggin og látið malla í að minnsta kosti 30 mínútur.
3. Afhýðið og rífið radísuna gróft. Hitið smjörið á pönnu, ristið brauðmylsnuna og saltið þar til þær eru gullinbrúnar. Hreinsið og þvoið vorlaukinn, skerið í fína hringa.
4. Fjarlægðu börkinn og hugsanlega smá fitu af svínakjötinu. Skerið magann í 1 cm þykkar sneiðar, setjið í eldfast mót, dreypið 2-3 msk af soja, sesamfræjum og 2 msk af chilisósu yfir. Sett í heitan ofninn í um það bil 10 mínútur.
5. Eldið ramennúðlur samkvæmt leiðbeiningum á pakka og látið renna af. Látið rammasoðið sjóða. Hálfaðu eggin.

6. Setjið 1 matskeið af sojasesamfræjum og chillisósu í 4 forhitaðar súpuskálar. Dreifið pastanu á skálarnar og fyllið upp með heitu soðinu. Dreifið svínakjötinu, eggjahelmingunum, radísunni og vorlauknum ofan á. Stráið brauðmylsnunni og hugsanlega togarashi yfir og berið fram strax.

22. Radicchio Fittata með surimi

hráefni

- 1 rauðlaukur (60 g, smátt skorinn)
- 1 hvítlauksrif (hakkað)
- 2 teskeiðar af ólífuolíu
- 80 grömm af radicchio (þunnt sneið)
- 2 lífræn egg (stærð M)
- 50 grömm af fitusnauðum kotasælu
- 1 msk parmesan (rifinn)
- salt
- Pipar (nýmalaður)
- 20 gr kapers (fínt)

- 60 grömm af kirsuberjatómötum (til helminga)
- 3 stykki af surimi (stangir, 50 g)
- Jurtablöð (mögulega nokkur græn)

undirbúningur

1. Hitið ofninn í 180 gráður, hringrásarloft 160 gráður, gasstig 3.
2. Steikið laukinn og hvítlaukinn á pönnu sem festist ekki í ólífuolíu. Bætið radicchio út í og eldið í 2-3 mínútur.
3. Blandið eggjum, kvarki, parmesan, salti og pipar saman við. Hellið eggjablöndunni yfir grænmetið og hrærið vel á pönnunni. Stráið kapers yfir og látið eggið lyfta sér við vægan hita í um 2-3 mínútur. Bakið frittatan í ofni á miðri grind í 15 20 mínútur. Ef nauðsyn krefur skaltu vefja pönnuhandfanginu með álpappír.
4. Fjarlægðu frittatuna og berið fram með tómötum, surimi og mögulega nokkrum kryddjurtalaufum.

23. Grillaður lax með teriyaki sósu

hráefni

- 4 stykki af laxasteikum (ca. 250g hver)
- 2 tsk af sykri
- 2 msk sake (að öðrum kosti hvítvín eða milt sherry)
- 2 msk hrísgrjónavín (mirin)
- 4 msk sojasósa (japansk)
- 1 pakki af karsa
- 1 stykki af radísu (ca. 15 cm, hvítt, rifið)
- Olía til steikingar)

undirbúningur

1. Þeytið laxasteikurnar og fjarlægið roðið og beinin.
2. Fyrir teriyaki sósuna, hrærið saman sykri, sake, hrísgrjónavíni og sojasósu þar til sykurinn hefur leyst upp (hitið aðeins upp ef þarf).
3. Setjið laxinn í sósuna í um 10 mínútur og snúið oft.
4. Undirbúningur á grilli: Tæmið fiskinn og grillið á grind í um 3 mínútur á hvorri hlið. Dreypið restinni af marineringunni yfir fiskinn.
5. Undirbúningur á pönnu: Hitið olíuna og steikið fiskinn í um 3 mínútur á hvorri hlið. Hellið umframolíunni af, hitið afganginn af marineringunni á pönnunni og leggið laxinn í sósuna í nokkrar mínútur.
6. Raðið laxinum með afganginum af marineringunni á fjóra diska. Skreytið með hreinsuðum karsa og rifnum radish.

24. Glerð kjúklingabringaflök

hráefni

- 2 kjúklingabringur (ca. 400 g; helst lífræn)
- 1 stykki af engifer (ferskt, 2 cm)
- 1 hvítlauksgeiri
- 150 millilítra hrísgrjónavín (sætt, mirin; að öðrum kosti sherry)
- 150 millilítra sojasósa (japansk)
- 3 msk púðursykur
- salt
- 3 msk sesamolía
- 1½ msk hnetur (ósaltaðar)

undirbúningur

1. Skolið kjúklingaflökin og þerrið. Afhýðið og rífið engiferið eða þrýstið í gegnum hvítlaukspressuna. Afhýðið og myljið hvítlauksrifið. Blandið engiferinu og hvítlauknum saman við hrísgrjónavínið, sojasósu, sykri, smá salti og 1 tsk sesamolíu.
2. Setjið kjötið í litla skál og hyljið með marineringunni. Lokið og látið standa í kæliskáp í að minnsta kosti 3 klukkustundir, helst yfir nótt. Snúið kjötinu einu sinni ef þarf.
3. Takið kjúklingabringuna úr marineringunni og látið renna vel af. Hitið afganginn af olíunni á lítilli pönnu og steikið flökin í 2-3 mínútur á hvorri hlið. Tæmið olíuna og bætið marineringunni við kjötið á pönnunni.
4. Látið malla á lokaðri pönnu við vægan hita í um 20 mínútur. Takið lokið af og látið malla á opinni pönnunni í 5 mínútur í viðbót þar til sósan hefur soðið niður eins og síróp.
5. Skerið flök í sneiðar og berið fram með hrísgrjónum og grænmeti. Saxið hneturnar gróft og stráið yfir kjötið. Dreypið smá sósu yfir.

25. Soba núðlur með sesam tofu

hráefni

- 10 grömm af engifer (ferskt)
- 4 msk sojasósa (helvíti)
- 300 grömm af tofu
- 2 daikon karsa (u.þ.b. 40 g; sjá ábendingu)
- 300 grömm af soba
- 1 dós af baunum
- 3 msk sesamfræ (helvíti)
- 4 msk hnetuolía
- 4 msk baunasósa (svört, sjá ráð)
- Pipar (nýmalaður)
- 1 lime

undirbúningur

1. Afhýðið engiferið, skerið það smátt og blandið saman við sojasósuna. Tæmið tófúið, þurrkið það og skerið í 6 sneiðar. Haltu sneiðunum á ská og marineraðu í soja-engifersósunni í 10 mínútur, snúðu einu sinni. Skerið daikon karsuna úr beðunum með skærum, skolið og þurkið.
2. Eldið soba núðlurnar í miklu sjóðandi vatni í um það bil 3 mínútur, hrærið af og til, þar til þær eru orðnar stífar. Hellið í sigti og safnað saman 100 ml af pastavatni. Skolið pastað með köldu vatni og látið renna vel af. Setjið svörtu baunirnar í sigti, skolið með köldu vatni og skolið vel af. Takið tófú sneiðar úr marineringunni, hellið af og blandið sesamfræjunum saman við. Leggið til hliðar. Hitið 2 matskeiðar af olíu á stórri non-stick pönnu og steikið tofu sneiðarnar á báðum hliðum við meðalhita. Setjið tófúið til hliðar og haldið heitu.
3. Hitið afganginn af olíunni í wok eða stórri non-stick pönnu og steikið baunirnar stuttlega við meðalhita. Bætið baunasósunni út í og látið malla í 1 mínútu. Bætið pastanu

út í og eldið í 1-2 mínútur í viðbót, hrærið í og hellið pastavatninu smám saman út í. Pipar. Raðið pastanu, tofu og karsa og berið fram með limebátum.

26. Kaliforníurúllur með rækjum

hráefni

- 250 grömm af sushi hrísgrjónum
- 5 matskeiðar af hrísgrjónaediki
- 1 matskeið af sykri
- 1 teskeið af salti
- 100 grömm af frosnum rækjum (forsoðnar, afhýddar og afvegaðar)
- 1 avókadó (þroskað)
- 4 nori (þurrkuð þangblöð)
- 1 tsk wasabi (japanskt piparrótsmauk)
- 2½ msk majónesi
- 7 msk sesamfræ

undirbúningur

1. Skolið hrísgrjón í sigti þar til vatnið rennur út. Látið suðuna koma upp hrísgrjónum og 300 ml af vatni, eldið í 2 mínútur og hyljið með slökkva hitaplötunni, látið liggja í bleyti í um 15 mínútur. Hitið edik, sykur og salt á meðan hrært er svo sykurinn leysist upp.
2. Setjið soðnu hrísgrjónin í glerskál og hellið edikblöndunni yfir. Vinnið með spaða í um það bil 2 mínútur (snúið aftur og aftur) þannig að edikblandan dreifist vel og hrísgrjónin kólna aðeins. Hyljið hrísgrjónin og setjið til hliðar.
3. Þiðið rækjurnar, skolið ef þarf, þurrkið þær og skerið í tvennt eftir endilöngu. Steinhreinsið og afhýðið avókadóið og skerið holdið í um það bil 1 x 4 cm langa staura. Dreifið bambusmottu fyrir sushi rúllur á vinnuborðið og vætið vel. Bleytið hendurnar og dreifið 1/4 af hrísgrjónunum jafnt á mottuna (um 1/2 cm þykkt). Setjið 1 nori blað ofan á (með grófu hliðina á hrísgrjónunum). Smyrjið þunnt með smá wasabi og majónesi. Í miðju laufblaðsins, leggið mjó "götu" með avókadóstangum og rækjum.

4. Rúllaðu hrísgrjónunum upp með mottunni þétt frá annarri hliðinni. Rúllið hverri rúllu upp úr tæpum 2 matskeiðum af sesamfræjum, pakkið inn í matarfilmu og setjið í kæli. Haldið áfram á þennan hátt þar til allar 4 rúllurnar eru búnar. Takið álpappírsrúllurnar upp og skerið hverja þeirra í 6 hluta með beittum hníf. Best er að dýfa hnífnum áður í heitt vatn svo hrísgrjónin festist ekki við þau.

27. Bakað sushi

hráefni

- 100 grömm af tempura deigi (frá Asíubúðinni)
- 1 egg
- 50 Millilitrar af sojasósu
- 50 millilítrar af Ketjap manis (indónesísk sæt sojasósa)
- 1 matskeiðar af sykri
- 200 grömm af laxaflökum (mjög fersk, sushi gæði)
- 4 Vorlaukar
- 3 Nori (þurrkað þang)

- 1 uppskrift af sushi hrísgrjónum (sjá ráð)
- 1 msk wasabi (græn piparrótsmauk)
- ½ lítri af olíu (til djúpsteikingar, hlutlaus)

undirbúningur

1. Blandið tempura deigduftinu saman við eggið og 75 ml af vatni þar til það er slétt og setjið til hliðar til að bólgna. Látið suðuna koma upp í sojasósu, ketjap manis og sykri og lækkið niður í síróp í um 4 mínútur. Leggið til hliðar.
2. Skolið laxinn með köldu vatni, þerrið hann og skerið í um 5 mm þykka strimla. Hreinsaðu og skolaðu vorlaukinn og fjarlægðu dökkgræna. Skerið vorlaukinn í langa strimla. Hálfið nori blöð.
3. Settu matarfilmu á bambusmottuna og hálft nori blað ofan á. Vættu hendur með vatni. Smyrjið nær 1 cm háum sushi hrísgrjónum á þangplötuna. Skildu eftir 1 cm lausan efst. Ekki þrýsta hrísgrjónunum of fast.
4. Dreifðu langsum ræmu af wasabi (varkár, mjög skörp!) á neðri þriðjunginn. Leggið lax og vorlauk ofan á. Notaðu bambusmottuna, rúllaðu upp fyllingunni með nori lakinu og vefðu matarfilmunni utan um rúlluna. Þrýstið

rúllunni á sinn stað með mottunni. Mótaðu restina af hráefnunum í aðrar 5 rúllur eins og lýst er. Skerið rúllurnar í 4 jafna bita með beittum hníf sem er dýft ítrekað í kalt vatn.

5. Hitið olíuna í litlum, háum potti (hitinn er réttur ef litlar loftbólur myndast á tréskeiðarskafti sem dýft er í heitu olíuna). Dýfið sushibitunum í skömmtum í tempura deigið, látið renna af þeim í stutta stund og bakið strax í heitri olíu í um það bil 2 mínútur þar til þær eru gullinbrúnar. Tæmið í stutta stund á pappírshandklæði. Berið fram steikta sushiið með soðinni sósunni.

28. Maki sushi með túnfiski og gúrku

hráefni

- 1 stykki agúrka (100 g)
- 100 grömm af túnfiski (mjög ferskur)
- 3 Nori (þurrkað þang)
- 1 uppskrift af sushi hrísgrjónum (grunnuppskrift af sushi hrísgrjónum)
- 2 msk wasabi (græn piparrótsmauk)

undirbúningur

1. Afhýðið gúrkuna og skerið í tvennt eftir endilöngu. Fjarlægðu fræin með skeið og skerðu gúrkuna í ræmur langsum. Skerið

túnfiskinn í um það bil 5 mm þykka strimla. Haldið nori blöðunum í helming.

Rúlla sushi:

2. Til að gera þetta skaltu setja matarfilmu á bambusmottu og hálft nori lak ofan á. Vættu hendur með vatni. Smyrjið nærri 1 cm háum sushi hrísgrjónum á nori blaðið, látið 1 cm vera laust efst. Ekki þrýsta hrísgrjónunum of fast. Setjið þunnt ræma af wasabi á neðri þriðjung blaðsins (farið varlega, það er mjög heitt!). Setjið gúrku eða túnfisk ofan á.
3. Notaðu bambusmottuna, rúllaðu fyllingunni varlega upp með nori lakinu og vefðu matarfilmunni utan um rúlluna. Þrýstið rúllunni á sinn stað með mottunni. Ýttu rúllunni aðeins flatt á annarri langhliðinni með höndunum, þetta mun gefa rúllunum táraform síðar.)
4. Gerðu 5 rúllur til viðbótar eins og lýst er. Skerið rúllurnar í 8 jafna bita með beittum hníf sem er endurtekið dýft í kalt vatn.

29. Silungur með keta-kavíar á enokisveppum

hráefni

- 200 grömm af silungsflökum (mjög fersk, roðlaus)
- 100 grömm af enoki sveppum (asísk búð, að öðrum kosti sveppir í mjög þunnum sneiðum eða radísustrimlum)
- 100 grömm af keta
- 1 msk wasabi (grænt kryddað piparrótsmauk)
- sojasósa

undirbúningur

1. Skolið silungsflökin, þurrkið og skerið í sneiðar. Skerið enokisveppina af rótunum í búnka og setjið á fat. Setjið fiskinn ofan á sveppina og dreifið silungskavíarnum ofan á. Setjið klípu af wasabi á hvern silungsbita. Berið fiskinn fram vel kældan með sojasósu.

30. Sóli á sítrónu með eggjarauðu

hráefni

- $\frac{1}{2}$ lífrænar sítrónur
- 150 grömm af sólaflökum (mjög fersk)
- 1 rófukarsa (eða garðkarsa)

undirbúningur

1. Sjóðið eggið hart á 10 mínútum, skolið með köldu vatni og fjarlægið skurnina. Fjarlægðu eggjarauðurnar varlega og sigtaðu í gegnum sigti (notaðu annars eggjahvítu).
2. Skolið sítrónuna með heitu vatni, helmingið og skerið í mjög þunnar sneiðar. Setjið

sítrónubáta á disk. Skolið fiskinn í köldu vatni, þerrið hann og skerið í þunnar sneiðar. Raðið sneiðunum á sítrónuna. Skerið karsinn af rúminu. Setjið eggjarauður og karsa ofan á fiskinn.

AÐALRETUR

31. Alpalax í japanskri marineringu

hráefni

- 1 stk. Alpa laxaflök (600-800 g)
- 2 skalottlaukar
- 15 g engifer
- 15 g af hvítlauk
- 1 fræbelgur af chilli
- 15 stykki af kóríanderkornum
- 1 stafur (s) sítrónugras
- 1 lime (aðeins þunnt afhýdd börkurinn)

- 1 stykki. Lime lauf
- 75 grömm af sykri
- 200 ml sojasósa
- 15 g kóríanderlauf (ferskt)

undirbúningur

1. Fyrir alpalaxinn í japönsku marineringunni, saxið skalottlaukana smátt með engifer, hvítlauk og chilli og ristið ásamt kóríanderfræjunum í smá hnetuolíu án þess að laukurinn fari að litast. Bætið sykrinum út í og látið karamellisera. Skreytið með sojasósunni.
2. Bætið sítrónugrasinu saman við limebörkinn og limelaufinu og lækkið þar til blandan er aðeins þykk. Kælið og bætið við nýsöxuðum kóríanderlaufunum.
3. Þvoið flakið og skerið húðina hreint með beittum hníf. Skerið síðan flakið þversum í ca. 3 mm þykkar sneiðar. Setjið þær á bökunarplötu og hellið marineringunni yfir.
4. Alpalaxinn í japanskri marineringu þróar sinn besta ilm og fullkomna samkvæmni eftir u.þ.b. 3 klst.

32. Alpalax í japanskri marineringu

hráefni

- 300-400 g af laxi, túnfiski, smjörfiski og/eða þorski
- sumir surimi prik (krabba prik)
- 1/2 avókadó
- Sítrónusafi
- 1 agúrka (lítil)
- Radísur (hvítar og gulrætur)
- Engifer (sýrður, eftir smekk)
- Fyrir ídýfusósuna:
- sojasósa
- Ferðavín

undirbúningur

1. Notið beittan hníf til að skera fiskflökin - úrbeinað vandlega ef þarf - í hæfilega stóra bita eða sneiðar og setja á köldum stað. Flysjið avókadó helminginn, skerið kvoðan í strimla og marinerið strax með smá sítrónusafa. Skerið eða rifið líka skrældar gúrkur, radísur og gulrætur í mjög fína strimla. Þynnið sojasósuna með smá hrísgrjónavíni og skiptið henni í litlar skálar. Raðið fiskbitunum og surimi stöngunum skrautlega á fat. Skreytið með tilbúnu grænmetinu og berið fram með sojasósu og wasabi-mauki. Hrærið meira og minna wasabi-mauki við borðið út í sojasósuna. Dýfðu nú fiskbita í sojasósuna og njóttu þess með grænmeti.

33. Yaki Udon með kjúklingabringum

hráefni

- 200 g yaki udon (þykkar hveitinúðlur)
- 300 g blandað hrært grænmeti
- 200 g kjúklingabringur
- 1 tsk sesamolía
- 4 msk sólblómaolía
- 1/2 tsk hvítlauks chilli (hvítlaukur blandaður við hakkað chilli)
- 1 stykki (2 cm) af fersku engifer
- 2 msk sojasósa
- 1 msk sykur
- 1 tsk sesamfræ til skrauts

undirbúningur

1. Fyrir yaki udon, látið sjóða nóg af vatni og eldið núðlurnar í því í um það bil 5 mínútur. Sigtið, skolið í köldu vatni og skolið af.
2. Skerið kjúklingaflökið og hreinsað grænmeti í fingrabreiðar ræmur, saxið engiferið.
3. Hitið wok eða þunga pönnu, hellið sesam- og sólblómaolíu út í og hitið. Steikið lengjur af grænmeti og kjöti í því. Bætið hvítlauk chilli, sykri, sojasósu og engifer út í og steikið í 3 mínútur. Bætið pasta saman við og steikið einnig í stutta stund.
4. Raðið yaki udon í skálar og stráið sesamfræjum yfir áður en það er borið fram.

34. Soðin svínakjöt

hráefni

- 550 g svínakjöt (beinlaus, en með fallegum kjötlögum)
- 1 stykki af engifer (3 cm)
- 2 hvítlauksgeirar
- 1 laukur
- 1000 ml Wasser (kalt)
- Bjórradísa (til að skreyta að vild)

Fyrir sósuna:

- 100 ml sojasósa
- 5 msk Mirin (að öðrum kosti púrtvín)
- 1 stykki af engifer (2 cm, gróft saxað)
- 5 msk sykur

- 1 EL sesamolía
- 3 msk jurtaolía
- 50 ml japanskt Dashi (eða 1/2 tsk Hondashi duft)

undirbúningur

1. Fyrir eldaðan svínakjöt, setjið fyrst kalt vatn með engifer, hvítlauk, lauk og kjöti ofan á og látið suðuna koma upp. Látið malla síðan í um 1 klst. Sigtið vatnið og skerið kjötið í hæfilega bita.
2. Fyrir sósuna er allt hráefnið blandað saman í pott. Bætið kjötinu út í og látið malla þar til kjötið tekur á sig lit sojasósunnar og er svo mjúkt að það er auðvelt að borða það með pinna. Berið fram soðna svínakjötið og skreytið með rifnum bjórradísu ef vill.

35. Nauta- og laukrúllur

hráefni

- 4 sneiðar (s) sirloin steik (obláturþunn, eða roastbeef eða nautaflök)
- 4 vorlaukar
- 1 tsk af sykri
- 2 tsk sojasósa
- Engifer (ferskt hakkað)
- 1 tsk sherry
- Olía (til steikingar)

undirbúningur

1. Fyrir nautakjöt og laukrúllur, skera fyrst vorlaukinn langsum í strimla. Leggið kjötið ofan á, hyljið með vorlauksstrimlum og rúllið þétt upp.
2. Blandið saman sojasósu, sykri, smá engifer og sherry fyrir marineringuna.
3. Setjið kjötsúlurnar út í og látið marinerast í um 30 mínútur.
4. Lyftið síðan upp úr og steikið nautakjötið og laukrúllana á grillinu eða á pönnu (með smá heitri olíu) í um 3 mínútur þar til þær eru gullinbrúnar á báðum hliðum.

36. Yaki-Tori (Grillaðir kjúklingaspjót)

hráefni

- 400 g af losuðum kjúklingalundum
- 2 stafur (r) blaðlaukur (þunnur)
- 200 ml af kjúklingasúpu
- 120 ml jap. sojasósa
- 2 msk sykur

undirbúningur

1. Fyrir yaki tori skaltu leggja átta trépjót í bleyti í vatni yfir nótt.
2. Skerið kjúklinginn í smærri teninga eða bita (um 2,5 cm að stærð). Þvoið blaðlaukinn og skerið í 3 cm langa bita.

3. Sjóðið kjúklingasúpuna með sojasósu og sykri í stutta stund við háan hita. Setjið nú kjúklingabitana og blaðlaukinn til skiptis á hvern teini. Dýfið spjótunum í sósuna, hellið af og setjið á heita grillplötu.
4. Grillið þar til það er gullbrúnt á báðum hliðum. Á meðan skaltu pensla yaki-tori spjótina með sósu aftur og aftur.

37. Grænmetistempura með wasabi mousseline

hráefni

- 1/2 paprika (rauð)
- 1/2 paprika (gul)
- 250 g kúrbít (og eggaldinsneiðar)
- 180 ml af ísvatni
- 1 eggjahvíta
- 50 g hrísgrjónamjöl (að öðrum kosti maíssterkju)
- 50 g hveiti
- salt
- Olía (til djúpsteikingar)

Fyrir Wasabi mousseline:

- 100 g majónesi
- 1 tsk wasabi-mauk
- 1 msk þungur rjómi (þeyttur)

undirbúningur

1. Skerið kúrbíts- og eggaldinsneiðarnar í hæfilegar sneiðar og piparinn í 5 mm breiðar ræmur. Fyrir tempura deigið skaltu hræra ísvatninu með eggjahvítu, smá salti, hrísgrjónamjöli og hveiti þar til það er slétt. Hitið nóg af olíu í wok. Saltið grænmetið létt, dýfið í deigið, hellið af og steikið í heitri olíu (u.þ.b. 180°C). Takið upp úr og látið renna af á eldhúspappír. Blandið öllu hráefninu fyrir wasabi sósuna. Raðið bakaða grænmetinu í skálar eða djúpa diska og berið fram með mousseline.

38. Sashimi

hráefni

- 85 g túnfiskur (nýgerður)
- 85 g lax (nýgerður)
- 85 g sjóbirtingsflök (nýgert)
- 85 g túrbotaflök (í pottdrifnu gæðum)
- 40 g wasabikren-mauk
- 100 g sushi engifer (sýrður)
- 1 bjór radísa
- 4 sneiðar af lime
- Sojasósa (til að dýfa)

undirbúningur

2. Afhýðið bjórradísuna, skerið í 10 cm langa bita og skerið þá aftur á móti í mjög þunnar ræmur. Þvoið í köldu vatni og látið liggja í bleyti í um það bil 10 mínútur. Sigtið síðan og setjið til hliðar.
3. Skerið mjög vandlega úrbeinað fiskflök í um það bil 0,7 cm breiðar sneiðar með beittum hníf. Skerið þá síðan aftur í ferhyrninga um 2 cm á breidd og 3 cm á lengd.
4. Skreytið svo 4 diska eða sushi diska með bjórradísu, lime sneiðum, wasabi og engifer og berið fram 2 fiskflök (alls 8 fisksneiðar) á disk.
5. Berið fram með sojasósu.

39. Tuna Maki

hráefni

- 120 g túnfiskur (sashimi gæði)
- 2 blöð af nori (þangi)
- 640 g soðin sushi hrísgrjón (sjá uppskrift)
- 20 g Wasabikren-mauk
- 100 g súrsað sushi engifer
- Sojasósa til að dýfa í

undirbúningur

1. Skerið túnfiskinn með beittum hníf í ræmur sem eru 1,5 cm breiðar og um 5 cm langar. Skerið nori blöðin varlega í tvennt á breiddina með eldhússkærum. Rúllið út

bambusmottu og leggið hálft nori blað á hana. Hyljið um það bil 0,5 cm þykkt með sushi hrísgrjónum, skilið eftir 1 cm lausan að ofan. Frá hægri til vinstri í miðjuna skaltu setja þunnt lag af wasabi með fingrunum og setja túnfiskrönd ofan á. Byrjaðu að rúlla neðst (þar sem hrísgrjónin eru). Mótið mottuna þannig að rúllan verði rétthyrnd þannig að nori blöðin brotni ekki. Þrýstu létt á bambusrúlluna. Fjarlægðu bambusmottuna og undirbúið maki rúllurnar sem eftir eru á sama hátt. Vættið hnífsblaðið stuttlega með köldu vatni og skerið rúllurnar í sex jafna bita. Raðið makíinu á disk eða sushi fat og skreytið með wasabi og engifer. Berið fram með sojasósu.

40. Grænmetistempura

hráefni

- Blandað grænmeti (eftir tilboði)
- salt
- Jurtaolía

Fyrir tempura deigið:

- 200 g venjulegt hveiti
- 200 g sætkartöflumjöl (að öðrum kosti kartöflumjöl)
- 2 msk sykur
- 1/2 msk salt
- 300 ml ísköldu vatni
- 4 eggjarauður

Fyrir sósuna:

- 5 msk sojasósa
- 5 msk vatn
- 2 msk hlynsíróp
- Nokkuð saxað engifer
- 1 saxaður vorlaukur

undirbúningur

1. Skerið hreinsað grænmeti á ská í um 3 mm þykkar sneiðar og saltið létt. Sigtið báðar hveititegundirnar með sykri og salti fyrir deigið. Settu til hliðar um þriðjung og snúðu grænmetissneiðunum út í. Blandið ísköldu vatninu vel saman við eggjarauðuna og hrærið afganginum af hveitinu saman við í tveimur skömmtum. Hrærið fyrst í blöndunni þar til hún er slétt og hrærið síðan með gaffli (aldrei með þeytara!), þannig að deigið verði frekar kekkt. Hitið olíuna á djúpri pönnu. Dragið hveitistráða grænmetið í gegnum deigið og drekkið í heitu olíunni. Bakið þar til það er gullið á báðum hliðum. Lyftu upp og tæmdu á pappírshandklæði. Raðið og berið fram með tilbúnu sósunni. Fyrir sósuna er

sojasósunni blandað saman við vatn, hlynsíróp, engifer og skorinn vorlauk.

41. Rækjutempura

hráefni

- 250 g rækjuhalar (meðalstórir, án skel)
- 180 ml af ísvatni
- 50 g hrísgrjónamjöl (að öðrum kosti maíssterkju)
- 50 g hveiti
- salt

- Hveiti (á að gera slétt)
- sojasósa
- Wasabikren-mauk (og/eða chilisósa sem meðlæti)
- Olía (til djúpsteikingar)

undirbúningur

1. Fyrir tempura deigið skaltu hræra ísvatninu með egginu, salti, hrísgrjónum og hveiti þar til það er slétt. Skerið aftan á rækjurnar þannig að síðasti hluti verði afgangur. Niðurskurðurinn gefur þeim hið dæmigerða fiðrildaform þegar þeir eru steiktir. Fjarlægðu þörmunum. Hitið nóg af olíu í wok. Snúðu rækjunum í slétt hveiti. Dragðu síðan í gegnum deigið hvert á eftir öðru, tæmdu deigið og steiktu í heitri fitu (180°C) þar til það er gullinbrúnt. Takið upp úr og látið renna af á eldhúspappír. Berið fram með mismunandi sósum til að dýfa í.

42. Chilli kjúklingur hrísgrjón pönnu

hráefni

- 8 kjúklingahnúar (litlir)
- 1 pakki af Knorr Basis Crispy Chicken Legs
- 1 teningur af Knorr glærri súpu
- 200 g Basmati Journey
- 4 tómatar (litlir)
- 2 msk paprikuduft
- 2 msk tómatmauk
- 1 stk. Paprika (rauð)
- Chilli (til að krydda)
- Steinselja (fersk)

undirbúningur

2. Fyrir chilli kjúklingur hrísgrjón pönnu, undirbúa kjúklingaskankinn á KNORR grundvelli samkvæmt leiðbeiningum á pakkanum.
3. Á meðan steikið hrísgrjónin í potti án þess að bæta við fitu. Skreytið með þrefalt magni af vatni og látið suðuna koma upp með paprikuduftinu, tómatmaukinu og súputeningnum. Látið hrísgrjónapönnuna með chilli kjúklingi malla þar til hrísgrjónin eru mjúk.
4. Í millitíðinni, skerið paprikuna og tómatana í stóra bita og bætið við kjúklinginn. Blandið soðnu hrísgrjónunum saman við hnúana og berið fram með steinselju.

43. Gyoza

hráefni

- 200 g hakk
- 1/2 stafur (s) blaðlaukur
- 3 blöð af kínakáli
- 1 sneið (s) af engifer (ferskt)
- 1 hvítlauksgeiri
- 1 msk sojasósa
- 1/2 tsk salt
- Pipar úr kvörninni)
- 1 pakki af wonton laufum
- 1 tsk sesamolía
- 1/2 bolli (s) af vatni

Fyrir ídýfusósuna:

- 1/2 bolli (s) sojasósa
- 1/2 bolli (s) af ferðalagi
- 1 tsk hvítlaukur (fínt saxaður)

undirbúningur

1. Fyrir Gyoza skaltu fyrst blanchera kínakálsblöðin stuttlega, kreista þau vel út og skera í litla bita. Þvoið blaðlaukinn og skerið hann í litla bita, eins og kínakálið. Afhýðið og rífið engiferið og hvítlaukinn smátt. Blandið saman kínakáli, blaðlauk, hakki, engifer, pipar, salti, hvítlauk og sojasósu.
2. Setjið deigið ofan á og setjið fyllingu í miðjuna. Vætið brún deigsplötunnar örlítið og þrýstið brúnunum saman til að mynda hálfmánann.
3. Hitið olíuna á pönnu og steikið gyoza við meðalhita í 2-3 mínútur þar til undirhliðin er gullinbrún. Þá er vatninu bætt út í og steikt á lokuðu pönnu þar til vatnið hefur gufað upp.
4. Fyrir dýfingarsósuna skaltu blanda sojasósunni saman við hrísgrjónaediki og hvítlauk. Raðið gyoza með sósunni og berið fram.

44. Sushi & Maki afbrigði

hráefni

Fyrir grunnuppskriftina fyrir hrísgrjón:

- 500 g sushi hrísgrjón
- 2 msk hrísgrjónaedik
- 1 tsk af sykri
- 1 msk salt

Fyrir klassískan lax nigiri:

- Wasabi
- Fyrir túnfisk maki:
- Yaki nori blað
- Wasabi

- túnfiskur

Fyrir California Roll:

- Wasabi
- agúrka
- avókadó
- rækju
- Sesamfræ (ristað)

Fyrir handrúllu með fiskihrognum:

- Yaki nori blað
- Wasabi
- Fiskishrogn
- sítrónu

undirbúningur

1. Fyrir sushi og maki afbrigði, undirbúið fyrst hrísgrjónin.
2. Fyrir sushi hrísgrjónin, skolaðu hrísgrjónin og láttu þau renna af í 1 klukkustund, bættu síðan hrísgrjónunum út í með sama magni af vatni og eldaðu við háan hita. Lokaðu síðan og skiptu hitastigi aftur í miðlungs.

3. Þegar yfirborð hrísgrjónanna verður sýnilegt í pottinum skaltu skipta aftur í lægstu stillingu. Þegar vatnið hefur gufað upp, hitið það aftur upp í 1 mínútu, takið síðan hrísgrjónin af eldavélinni og látið gufa upp í 15 mínútur með lokinu lokað.
4. Blandið saman hrísgrjónaediki, sykri og salti fyrir marineringuna og blandið saman við enn heit langkorna hrísgrjónin í bökunarskál. Látið það kólna aðeins en ekki setja það í ísskápinn, annars verða hrísgrjónin hörð.
5. Fyrir klassíska lax-nigiri, mótaðu litlar kúlur úr sushi-hrísgrjónunum með blautri hendi og þrýstu þeim niður. Penslið með wasabi. Leggið stóra laxasneið ofan á. Viðvörun: Gerðu sushi aldrei of stórt svo þú getir notið þess í einum bita.
6. Fyrir túnfiskmakíið, setjið yaki nori lakið á bambusmottuna. Hyljið með þunnu lagi af langkorna hrísgrjónum. Penslið með smá wasabi. Setjið röð af mjóum ræmum af túnfiski ofan á. Rúllið upp með bambusmottunni og skerið rúlluna í sneiðar til að búa til litla maki.
7. Fyrir California Roll skaltu hylja bambusmottuna með matarfilmu. Setjið

þunnt lag af hrísgrjónum ofan á. Penslið með wasabi. Setjið 1 ræma af gúrku, avókadó og rækjum í miðjuna. Rúllið upp með bambusmottunni og rúllið tilbúinni rúllu upp úr ristuðum sesamfræjum. Skerið í litlar sneiðar.

8. Fyrir handrúlluna með fiskihrognum, setjið skeið af hrísgrjónum á yaki nori lak. Rúllaðu blaðinu eins og poki. Smyrjið smá wasabi á hrísgrjónin og fyllið með fiskihrognum (laxi, silungi o.fl.). Skreytið með litlum bita af sítrónu.

45. Gljáður kjúklingur með sesamfræjum

innihaldsefni

- 1 kg kjúklingalundir
- 50 g engifer
- 1 hvítlauksgeiri
- 100 ml Mirin (sætt hrísgrjónavín; að öðrum kosti sherry)
- 100 ml sojasósa (japansk)
- 2 msk sykur
- salt
- 2 msk sesamolía

undirbúningur

1. Fyrir kjúklinginn með sesam, þvoðu kjúklingaleggina af og ef þú keyptir heilu kjúklingalœtur, skerðu þá í tvennt.
2. Fjarlægðu hýðina af engiferinu og rífðu það. Afhýðið og stappið hvítlaukinn. Hrærið 1 1/2 tsk af engifer og hvítlauk með sykri, sojasósu, mirin, klípu af salti og nokkrum dropum af sesamolíu. Setjið kjötið í marineringuna þannig að það sé vel þakið á öllum hliðum. Lokið og látið standa í kæliskáp í að minnsta kosti 3 klukkustundir, helst eina nótt.
3. Takið kjötið úr marineringunni og látið renna vel af. Steikið brúnt á báðum hliðum í heitri olíu. Hellið olíunni af og hellið marineringunni yfir kjötið. Látið malla í lokuðu pönnu við lágan hita í 20 mínútur.
4. Steikið kjötið á opinni pönnu í 5 mínútur í viðbót þar til sósan er orðin síróp. Kjúklingurinn með sesamfræjum ber þá best fram með hrísgrjónaskál.

46. Japanskt svínasteikt

hráefni

- 600 g svínakjöt (öxl eða bol)
- salt
- Kómafræ
- 50 g fita
- 10 grömm af hveiti
- 1 laukur (sneiddur)
- 50 g sellerí (sneið)
- 1 msk sinnep
- vatn

undirbúningur

1. Fyrir japanska svínasteikið, steikið laukinn og selleríið í heitri fitu. Nuddið kjötið með kúmenfræjum og salti, setjið á grænmetið og steikið bæði.
2. Hellið vatni yfir eftir 1/2 klst. Skömmu síðar bætið sinnepinu út í. Kryddið að lokum safann, látið suðuna koma upp og sigtið. Berið fram japanska svínasteikið.

47. Okonomyaki

hráefni

- 300 g hveiti
- 200 ml af vatni
- 2 egg
- 1 hvítkálshaus
- 10 sneiðar af beikoni
- 10 sneiðar af kalkúnakjöti
- 5 sveppir

undirbúningur

1. Fyrir okonomiyaki hráefnin saman og steikið á báðum hliðum á pönnunni. Skreytið með okonomi sósu og katsubushi (harðfiskflögum) og japönsku majónesi ef það er til.

48. Maki

hráefni

- 4 nori blöð
- 1 bolli (s) sushi hrísgrjón (kringlótt)
- 1 avókadó
- $\frac{1}{2}$ agúrka
- 1 gulrót
- 50 g lax
- 2 surimi prik
- 1 tsk wasabi
- 2 msk hrísgrjónaedik
- sykur
- sojasósa

undirbúningur

1. Fyrir maki, skolaðu sushi hrísgrjónin í sigti með köldu vatni þar til vatnið rennur út. Þetta er mikilvægt svo sterkjan sé fjarlægð og hrísgrjónin, sem eru vel klístruð, festist ekki of mikið.
2. Útbúið hrísgrjónin samkvæmt leiðbeiningum á pakkanum, kryddið með hrísgrjónaediki, sjávarsalti og smá sykri. Setjið hrísgrjónin í stóra skál og skiptið þeim svo þau geti kólnað hraðar.
3. Skerið þvegið grænmeti og lax í strimla. Leggið nori lak á bambusmottuna og leggið þunnt út með tilbúnum sushi hrísgrjónum upp að efri brún, ca. 2 cm. Það virkar betur þegar hendurnar eru blautar.
4. Dreifið smá wasabi mauki ofan á hrísgrjónin. Blandið grænmetinu, laxi eða surimi að vild, skammtinn í miðju hrísgrjónanna. Rúllaðu því svo upp með bambusmottunni. Límdu endann á nori blaðinu með vatni. Kælið tilbúið maki og skerið í sneiðar áður en það er borið fram. Berið fram með sojasósu.

49. Nautakjötsrúllaðir með barnagulrótum

hráefni

- 500 g nautakjöt (mjög þunnt skorið)
- 24 barnagulrætur (eða 1 1/2 gulrætur)
- salt
- Maíssterkju
- 1 msk mirin
- 1 msk sojasósa
- pipar

undirbúningur

1. Fyrir nautakjötsrúllurnar blandið saman mirin og sojasósu í skál. Skerið gulræturnar í fjórða hluta og setjið í örbylgjuofn með vatni.
2. Eldið í örbylgjuofni í 3-4 mínútur. Saltið og piprið nautakjötið og veltið 2 fjórðu gulrótum í 1 sneið hvor. Snúðu fullbúnu rúllunum í maíssterkju.
3. Hitið olíuna á pönnu og steikið rúllurnar í henni. Hellið sósunni yfir og látið þykkna. Berið nautakjötsrúllurnar fram með hrísgrjónum eða salati.

50. Asískar núðlur með nautakjöti

hráefni

- 200 g udon núðlur
- 300 g nautakjöt
- 1 blaðlaukur (s)
- 1 msk sojasósa
- 1 lime
- 1 tsk chilli (malað)
- 3 msk sesamolía (til steikingar)
- 50 g baunaspírur

undirbúningur

1. Fyrir asísku núðlurnar með nautakjöti, eldið núðlurnar samkvæmt leiðbeiningum á pakkanum.
2. Saxið blaðlaukinn smátt og skerið nautakjötið í teninga. Hitið olíuna og steikið blaðlauk og nautakjöt í henni.
3. Bætið baunaspírunum, limesafanum, chilliflögum og sojasósu út í og steikið í 2 mínútur í viðbót.
4. Raðið asísku núðlunum með nautakjöti og berið fram.

51. Lítill sashimi diskur

hráefni

- 300-400 g af laxi, túnfiski, smjörfiski og/eða þorski
- sumir surimi prik (krabba prik)
- 1/2 avókadó
- Sítrónusafi
- 1 agúrka (lítil)
- Radísur (hvítar og gulrætur)

- Engifer (sýrður, eftir smekk)
- Fyrir ídýfusósuna:
- sojasósa
- Ferðavín
- Wasabikren líma

undirbúningur

1. Notið beittan hníf til að skera fiskflökin - úrbeinað vandlega ef þarf - í hæfilega stóra bita eða sneiðar og setja á köldum stað. Flysjið avókadó helminginn, skerið kvoðan í strimla og marinerið strax með smá sítrónusafa. Skerið eða rífið einnig skrælda gúrku, radísur og gulrætur í mjög fína strimla. Þynnið sojasósuna með smá hrísgrjónavíni og skiptið henni í litlar skálar. Raðið fiskbitunum og surimi stöngunum skrautlega á fat. Skreytið með tilbúnu grænmetinu og berið fram með sojasósu og wasabi-mauki. Hrærið meira og minna wasabi-mauki við borðið út í sojasósuna. Dýfðu nú fiskbita í sojasósuna og njóttu þess með grænmeti.

52. Keta kavíar á daikon mauki

hráefni

- 120 g keta kavíar
- 300 g daikon radísa (japansk radísa, annars mildar radísur)
- 3 msk sojasósa
- 4 blöð af grænu salati
- 1 tsk sítrónusafi
- 1 tsk nýrifinn engifer
- Wasabikren líma að vild

undirbúningur

1. Fyrir keta-kavíar á daikon mauki skaltu raða þvegin, tæmd salatlaufum á 4 diska. Rífið

radísuna með fínu raspi og þvoið í köldu vatni. Tæmið vel í sigti og skiptið á 4 plötur. Blandið keta-kavíarnum saman við sojasósu og berið fram ofan á daikon maukið. Setjið rifið engifer ofan á og dreypið smá sítrónusafa yfir. Berið fram með wasabi, ef vill.

53. Koknozu salat með kjúklingabaunum

hráefni

- 80 g kjúklingabaunir
- 40 g grænar linsubaunir
- 40 g rauðar linsubaunir
- 80 g hýðishrísgrjón
- 1 nori þang lak, 30 x 20 cm
- 1/2 papaya
- 4 msk bonito flögur (að öðrum kosti steiktir beikonteningar)
- Frisé salat til að skreyta að vild
- salt
- 1/2 tsk sesamolía
- 8 msk sushi edik

undirbúningur

1. Leggið kjúklingabaunirnar í bleyti yfir nótt og eldið þar til þær eru mjúkar daginn eftir. Leggið linsurnar í bleyti í köldu vatni í 1 klukkustund og eldið síðan þar til þær eru al dente. Eldið hýðishrísgrjónin þar til þau eru mjúk í um 20 mínútur. (Hrísgrjónin má hins vegar ekki elda of lengi, annars brotnar hýðið.)
2. Í millitíðinni er nori blaðið skorið í mjög fínar ræmur. Afhýðið og kjarnhreinsið papaya og skerið í litla bita. Maukið með hrærivélinni. Leggið nú hver á eftir annarri grænum og rauðum linsum, hýðishrísgrjónum og loks kjúklingabaununum í litlar skálar eða glös. Dreifið nori strimlum og bonito flögum ofan á og skreytið með frisée salati ef vill. Fyrir dressinguna er papayamaukinu blandað saman við salti, sesamolíu og ediki og borið fram í sérstakri skál. Blandið varlega saman við borðið.

54. Grœnmetistempura

hráefni

- Blandað grœnmeti (eftir tilboði)
- salt
- Jurtaolía

Fyrir tempura deigið:

- 200 g venjulegt hveiti
- 200 g sœtkartöflumjöl (að öðrum kosti kartöflumjöl)
- 2 msk sykur
- 1/2 msk salt
- 300 ml ísköldu vatni
- 4 eggjarauður

Fyrir sósuna:

- 5 msk sojasósa
- 5 msk vatn
- 2 msk hlynsíróp
- Nokkuð saxað engifer
- 1 saxaður vorlaukur

undirbúningur

2. Skerið hreinsað grænmeti á ská í um 3 mm þykkar sneiðar og saltið létt. Sigtið báðar hveititegundirnar með sykri og salti fyrir deigið. Settu til hliðar um þriðjung og snúðu grænmetissneiðunum út í. Blandið ísköldu vatninu vel saman við eggjarauðuna og hrærið afganginum af hveitinu saman við í tveimur skömmtum. Hrærið fyrst í blöndunni þar til hún er slétt og hrærið síðan með gaffli (aldrei með þeytara!), þannig að deigið verði frekar kekkt. Hitið olíuna á djúpri pönnu. Dragið hveitistráða grænmetið í gegnum deigið og drekkið í heitu olíunni. Bakið þar til það er gullið á báðum hliðum. Lyftu upp og tæmdu á pappírshandklæði. Raðið og berið fram með tilbúnu sósunni. Fyrir sósuna er

sojasósunni blandað saman við vatn, hlynsíróp, engifer og skorinn vorlauk.

55. Grænmetis Maki

hráefni

- 4 stykki. Nori blöð
- 3 msk japanskur ferðataska
- 1 bolli sushi hrísgrjón (u.þ.b. 250g)
- 2 msk sykur
- 1 msk salt

- Grænmeti (eftir smekk td agúrka, gulrót, gulrófur, avókadó)
- 1 flaska (r) af sojasósu (lítil)
- Wasabi-mauk (eftir smekk)

undirbúningur

1. Fyrir grænmetismaki skaltu þvo hrísgrjónin vel og liggja í bleyti í köldu vatni í að minnsta kosti klukkutíma.
2. Látið suðuna koma upp í 300 ml af vatni og látið malla á lágum hita í 10 mínútur. Færið svo yfir í skál og leyfið að kólna.
3. Hitið edik, sykur og salt að suðu og hrærið svo strax út í hrísgrjónin.
4. Afhýðið grænmetið og skerið í langa strimla. Ef þú borðar rótargrænmeti skaltu elda grænmetið al dente fyrirfram.
5. Vætið nori lak og setjið á bambusrúllu. Dreifið smá hrísgrjónum yfir. Setjið grænmetið í miðjuna og rúllið síðan makíinu þétt upp.
6. Skerið grænmetismaki með beittum hníf í ca. 2,5-3 cm þykkar sneiðar, raðað með sojasósu,

wasabi (eftir smekk) og prjóna og berið fram strax.

56. Onigiri með rauðkáli og reyktu tofu

hráefni

- 50 g reykt tófú
- 50 g rauðkál
- salt
- 300 g Sushi Journey
- 3 msk hrísgrjónaedik
- 1 msk sykur
- 8 blöð af nori (eða fleiri; skorin í 3 x 6 cm ferhyrninga)
- Sojasósa (til að bera fram)

undirbúningur

1. Fyrir onigiri með rauðkáli og reyktu tófú, saxið fyrst reykta tófúið og rauðkálið smátt og blandið saman við smá salti í skál.
2. Skolið hrísgrjónin í sigti undir rennandi vatni þar til vatnið rennur greinilega af. Setjið 600 ml af vatni í pott, bætið við hrísgrjónum, látið suðuna koma upp. Slökktu á því og láttu hrísgrjónin standa, þakin, í um það bil 15 mínútur.
3. Bætið ediki með sykri, tófú og rauðkáli út í enn heit hrísgrjónin, blandið saman, dreifið út á bökunarplötu og látið kólna.
4. Fjarlægðu hrísgrjón í u.þ.b. 8 jafnstórir skammtar, mótið kúlur úr hverri og bestur með onigiri-formi.
5. Setjið nori ferhyrning utan um botn onigirissins, raðið á disk og berið fram onigiri með rauðkáli og reyktu tofu með sojasósu ef vill.

56. Onigiri með rauðkáli og reyktu tofu

hráefni

- 50 g reykt tófú
- 50 g rauðkál
- salt
- 300 g Sushi Journey
- 3 msk hrísgrjónaedik
- 1 msk sykur
- 8 blöð af nori (eða fleiri; skorin í 3 x 6 cm ferhyrninga)
- Sojasósa (til að bera fram)

undirbúningur

1. Fyrir onigiri með rauðkáli og reyktu tófú, saxið fyrst reykta tófúið og rauðkálið smátt og blandið saman við smá salti í skál.
2. Skolið hrísgrjónin í sigti undir rennandi vatni þar til vatnið rennur greinilega af. Setjið 600 ml af vatni í pott, bætið við hrísgrjónum, látið suðuna koma upp. Slökktu á því og láttu hrísgrjónin standa, þakin, í um það bil 15 mínútur.
3. Bætið ediki með sykri, tófú og rauðkáli út í enn heit hrísgrjónin, blandið saman, dreifið út á bökunarplötu og látið kólna.
4. Fjarlægðu hrísgrjón í u.þ.b. 8 jafnstórir skammtar, mótið kúlur úr hverri og bestur með onigiri-formi.
5. Setjið nori ferhyrning utan um botn onigirissins, raðið á disk og berið fram onigiri með rauðkáli og reyktu tofu með sojasósu ef vill.

57. Yaki-Tori (Grillaðir kjúklingaspjót)

hráefni

- 400 g af losuðum kjúklingalundum
- 2 stafur (r) blaðlaukur (þunnur)
- 200 ml af kjúklingasúpu
- 120 ml jap. sojasósa
- 2 msk sykur

undirbúningur

1. Fyrir yaki tori skaltu leggja átta tréspjót í bleyti í vatni yfir nótt.
2. Skerið kjúklinginn í smærri teninga eða bita (um 2,5 cm að stærð). Þvoið blaðlaukinn og skerið í 3 cm langa bita.

3. Sjóðið kjúklingasúpuna með sojasósu og sykri í stutta stund við háan hita. Setjið nú kjúklingabitana og blaðlaukinn til skiptis á hvern teini. Dýfið spjótunum í sósuna, hellið af og setjið á heita grillplötu.
4. Grillið þar til það er gullbrúnt á báðum hliðum. Á meðan skaltu pensla yaki-tori spjótina með sósu aftur og aftur.

58. Sushi & Maki afbrigði

hráefni

Fyrir grunnuppskriftina fyrir hrísgrjón:

- 500 g sushi hrísgrjón
- 2 msk hrísgrjónaedik
- 1 tsk af sykri
- 1 msk salt

Fyrir klassískan lax nigiri:

- Wasabi
- Fyrir túnfisk maki:
- Yaki nori blað
- Wasabi

- túnfiskur

Fyrir California Roll:

- Wasabi
- agúrka
- avókadó
- rækju
- Sesamfræ (ristað)

Fyrir handrúllu með fiskihrognum:

- Yaki nori blað
- Wasabi
- Fiskishrogn
- sítrónu

undirbúningur

1. Fyrir sushi og maki afbrigði, undirbúið fyrst hrísgrjónin.
2. Fyrir sushi hrísgrjónin, skolaðu hrísgrjónin og láttu þau renna af í 1 klukkustund, bættu síðan hrísgrjónunum út í með sama magni af vatni og eldaðu við háan hita. Lokaðu síðan og skiptu hitastigi aftur í miðlungs.
3. Þegar yfirborð hrísgrjónanna verður sýnilegt í pottinum skaltu skipta aftur í lægstu stillingu. Þegar vatnið hefur gufað upp, hitið

það aftur upp í 1 mínútu, takið síðan hrísgrjónin af eldavélinni og látið gufa upp í 15 mínútur með lokinu lokað.

4. Blandið hrísgrjónaediki, sykri og salti fyrir marineringuna og blandið saman við enn heit langkorna hrísgrjónin í bökunarskál. Látið það kólna aðeins en ekki setja það inn í ísskáp því annars verða hrísgrjónin hörð.
5. Fyrir klassíska lax-nigiri, mótaðu litlar kúlur úr sushi-hrísgrjónunum með blautri hendi og þrýstu þeim niður. Penslið með wasabi. Leggið stóra laxasneið ofan á. Viðvörun: Gerðu sushi aldrei of stórt svo þú getir notið þess í einum bita.
6. Fyrir túnfiskmakíið, setjið yaki nori lakið á bambusmottuna. Hyljið með þunnu lagi af langkorna hrísgrjónum. Penslið með smá wasabi. Setjið röð af mjóum ræmum af túnfiski ofan á. Rúllið upp með bambusmottunni og skerið rúlluna í sneiðar til að búa til litla maki.
7. Fyrir California Roll skaltu hylja bambusmottuna með matarfilmu. Setjið þunnt lag af hrísgrjónum ofan á. Penslið með wasabi. Setjið 1 ræma af gúrku, avókadó og rækjum í miðjuna. Rúllið upp með

bambusmottunni og rúllið tilbúinni rúllu upp úr ristuðum sesamfræjum. Skerið í litlar sneiðar.

8. Fyrir handrúlluna með fiskihrognum, setjið skeið af hrísgrjónum á yaki nori lak. Rúllaðu blaðinu eins og poki. Smyrjið smá wasabi á hrísgrjónin og fyllið með fiskihrognum (laxi, silungi o.fl.). Skreytið með litlum bita af sítrónu.

59. Maki með túnfiski, avókadó og shiitake

hráefni

Fyrir hrísgrjónin:

- 400 g Sushi Journey
- 650 ml kranavatn
- 1 1/2 msk hrísgrjónaedik
- salt
- sykur

Til að hylja:

- Túnfiskur (skorinn í fína stöng)
- Wasabi líma
- 4 sneiðar af nori

- Shiitake (þurrkað, lagt í bleyti)
- 2 stykki avókadó (þunnt sneið, dreypt með sítrónusafa)

undirbúningur

1. Fyrir maki með túnfiski, avókadó og shiitake, undirbúið fyrst sushi hrísgrjónin. Til að gera þetta skaltu skola hrísgrjónin vandlega með köldu og láta þau renna af í sigtinu í um það bil 30 mínútur.
2. Sjóðið hrísgrjónin í potti með kranavatni og smá salti við háan hita og eldið á eldavélinni í eina mínútu, freyðandi. Lokaðu pottinum og gufaðu hrísgrjónin við lægsta hitastig í 15 mínútur.
3. Blandið hrísgrjónaediki út í með tréspaða. Til að gera þetta skaltu halda spaðanum á ská og endilanga þannig að hrísgrjónin hrærist ekki almennilega heldur séu skorin eins og eldhúshnífur. Þannig helst það kornóttara en við venjulega hræringu. Látið kólna.
4. Í millitíðinni undirbúið bambusmottuna. Leggið nori blað ofan á. Dreifið svo hrísgrjónunum þunnt ofan á. Dreifið smá wasabi ofan á. Efstu eina röð með túnfiski,

avókadó og shiitake. Rúllaðu upp með því að nota bambusmottuna.

5. Til að bera fram er skorið í sneiðar með beittum eldhúshníf þannig að maki með túnfiski, avókadó og shiitake fái sína einkennandi lögun og stærð.

60. Maki með laxi, gúrku og avókadó

hráefni

- 400 g sushi hrísgrjón (sjá tengil í texta)
- 3 nori blöð
- Til að ná:
- 200 g lax (ferskur)
- 200 g avókadó (ekki of mjúkt)
- 200 g agúrka
- Wasabi

undirbúningur

1. Fyrir maki með laxi, agúrku og avókadó, undirbúið fyrst sushi hrísgrjónin samkvæmt grunnuppskriftinni. Skerið laxinn, gúrkuna og avókadó í þunnar ræmur.
2. Setjið eina nori lak á bastmottu, leggið hrísgrjónin þunnt ofan á, stráið smá wasabi yfir og setjið í röð af laxastrimlum, gúrku og avókadó. Rúllaðu upp með mottunni.

3. Skerið í sneiðar með beittum eldhúshníf og setjið maki með laxi, gúrku og avókadó á disk.

61. Maki með rækjum, gúrku og shiitake

hráefni

- Sushi hrísgrjón (sjá tengil í texta)
- Agúrka
- Rækjur (td Ama Ebi)
- Shiitake (þurrkað)
- 3 nori blöð
- Wasabi

undirbúningur

1. Fyrir maki með rækjum, gúrku og shiitake, undirbúið fyrst sushi hrísgrjónin samkvæmt grunnuppskriftinni.
2. Leggið shiitake í bleyti í vatni og skerið síðan í strimla. Kjarnhreinsið agúrkuna og skerið í

1/2 cm þykka strimla. Skerið líka rækjurnar í strimla.

3. Settu fyrst nori lak á bambusmottu. Dreifið hrísgrjónunum þunnt ofan á og látið annan brúnina vera lausa. Setjið röð með rækjum, gúrku og shiitake. Rúllaðu upp með hjálp bambusmottunnar og sláðu henni þétt inn.
4. Skerið rúllurnar á ská í 3 til 4 jafna bita og berið makíið fram með rækjum, gúrku og shiitake.

62. Kúrbít Parmesan franskar

hráefni

- 2-3 kúrbítsstykki (þvegið, skorið í 1 cm þykkar sneiðar)
- sjávarsalt
- Pipar úr kvörninni)
- Jurtaolía (til djúpsteikingar)
- Fyrir panier:
- 2 stk. Eigendur
- 120 g panko
- 60 g hveiti (alhliða)
- 60 g parmesan (fínt rifinn)

undirbúningur

1. Fyrir kúrbíts-parmesan-flögur skaltu krydda kúrbítsneiðarnar með sjávarsalti og pipar.
2. Blandið saman panko og rifnum parmesan, þeytið eggin.
3. Snúið kúrbítssneiðunum út í hveitið, dragið þær í gegnum þeytta eggið og brauðið þær í pankó-parmesan blöndunni.
4. Bakið í heitri fitu við 170–180°C þar til stökkt og gullið.
5. Kúrbíts-parmesan-flögurnar eru bestar bornar fram ferskar!

63. Japanskir kóngulóarvefir

hráefni

- 5 - 6 greinar af japönsku káli
- 2 gulrætur (stórar)
- 4 - 5 msk þeyttur rjómi
- 1 msk smjör
- 1 tsk jurtasalt
- Pipar (lítill)

undirbúningur

1. Fyrir japanska hvítkálsstönglana, afhýðið blöðin og setjið blöðin í sigti. Þvoið stilkinn og skerið í 5 mm bita. Þvoið blöðin og skerið í fínar núðlur. Skerið gulrætur í teninga.

2. Látið smjörið heita, svitnaðu niðurskornar gulrætur og japankál í teningum og brúnaðu létt, helltu síðan þeyttum rjómanum og 125 ml af vatni út í, kryddaðu og látið malla í um 5 mínútur.
3. Bætið söxuðum laufum út í og eldið í 2 mínútur í viðbót.

64. Maki sushi með túnfiski og gúrku

hráefni

- 1 stykki agúrka (100 g)
- 100 grömm af túnfiski (mjög ferskur)
- 3 Nori (þurrkað þang)
- 1 uppskrift af sushi hrísgrjónum (grunnuppskrift af sushi hrísgrjónum)
- 2 msk wasabi (græn piparrótsmauk)

undirbúningur

5. Afhýðið gúrkuna og skerið í tvennt eftir endilöngu. Fjarlægðu fræin með skeið og skerðu gúrkuna í ræmur langsum. Skerið

túnfiskinn í um það bil 5 mm þykka strimla. Haldið nori blöðunum í helming.

Rúlla sushi:

6. Til að gera þetta skaltu setja matarfilmu á bambusmottu og hálft nori lak ofan á. Vættu hendur með vatni. Smyrjið nærri 1 cm háum sushi hrísgrjónum á nori blaðið, látið 1 cm vera laust efst. Ekki þrýsta hrísgrjónunum of fast. Setjið þunnt ræma af wasabi á neðri þriðjung blaðsins (farið varlega, það er mjög heitt!). Setjið gúrku eða túnfisk ofan á.
7. Notaðu bambusmottuna, rúllaðu fyllingunni varlega upp með nori lakinu og vefðu matarfilmunni utan um rúlluna. Þrýstið rúllunni á sinn stað með mottunni. Ýttu rúllunni aðeins flatt á annarri langhliðinni með höndunum, þetta mun gefa rúllunum táraform síðar.)
8. Gerðu 5 rúllur til viðbótar eins og lýst er. Skerið rúllurnar í 8 jafna bita með beittum hníf sem er endurtekið dýft í kalt vatn.

65. Ura Makis Avocado

Hráefni

- 2 avókadó (þroskuð)
- 250 g af hrísgrjónum (sushi hrísgrjón, stuttkorna hrísgrjón)
- 1 matskeið af hrísgrjónaediki
- 3 nori lauf (sjávarþörungar)
- 1 teskeið af salti
- 1 tsk af sykri

undirbúningur

1. Fyrir Ura Makis avókadó skaltu fyrst þvo hrá hrísgrjónin undir rennandi vatni þar til vatnið rennur skýrt af. Sjóðið hrísgrjón við lágan hita í 12 mínútur. Leyfðu soðnu hrísgrjónunum að kólna á flatri plötu í 10 mínútur.
2. Blandið hrísgrjónaediki saman við salti og sykri og dreypið hrísgrjónum yfir. Blandið vel saman með tréskeið.
3. Skiptið hrísgrjónunum í 6 jafna hluta og dreifið einum hluta jafnt á bambusmottu. Settu nú blað af nori með glansandi hliðina niður og dreifðu öðru hrísgrjónastykki yfir og skildu eftir 2 cm lausa hér.
4. Flysjið avókadóið, fjarlægið steininn og skerið í breiðar strimla. Setjið 2-3 lengjur (fer eftir lengd) í miðjunni á fyrsta þriðjungi hrísgrjónanna. Rúllaðu nú með jöfnum þrýstingi, með hjálp bambusmottunnar, ofan frá og niður.
5. Ura Maki Avókadó skorið með beittum hníf í 1,5 cm breiðar ræmur.

66. súrsæt súpa

hráefni

- 150 g kjúklingabringur (eða 1 dós af túnfiski)
- 1-2 l kjúklingasúpa
- 1/2 tsk salt
- 2 msk sojasósa
- 1 msk edik
- 1 Tómatsósan
- 1 handfylli af múrsteinum
- 1 handfylli af shiitake sveppum
- 2 kerrur
- 2 msk hnetuolía
- 3 msk sterkja

undirbúningur

1. Fyrir súpuna, útbúið kjúklingasoðið daginn áður eða leysið upp 2 kjúklingasúputeninga í heitu vatni.
2. Skerið kjúklinginn smátt og blandið saman við marinering af sojasósu, salti, ediki og tómatsósu. Látið malla í að minnsta kosti 30 mínútur.
3. Saxið múrsteinana og shitake-sveppina og rífið gulræturnar. Hitið hnetuolíuna í wok og steikið kjúklinginn í henni.
4. Skreytið með volgri kjúklingasúpunni og látið suðuna koma upp. Bætið við gulrótum, múrsteinum og shitake sveppum og látið malla.
5. Leysið sterkju upp í 5 msk af volgu vatni og hrærið rólega út í súpuna. Látið suðuna koma upp aftur. Þeytið eggin í skál og þeytið vel.
6. Bætið nú eggjablöndunni fljótt út í heitu súpuna með matskeið - gerðu hringlaga hreyfingar svo eggið dreifist vel.
7. Kryddið eftir smekk með salti, pipar og sykri.

67. Wok grænmeti með kjöti

hráefni

- 400 g svínakjöt
- 580 g steikt grænmeti (igloo)
- 6 msk repjuolía
- marjoram
- timjan
- salt
- pipar

undirbúningur

1. Fyrir hrært grænmetið með kjöti, skera fyrst svínakjötið í teninga og bleyta það í blöndu af repjuolíu, salti, pipar, marjoram og

timjan. Látið malla í að minnsta kosti 3 tíma, helst yfir nótt.

2. Setjið svínakjötið í wok án viðbótarolíu og steikið þar til það er heitt. Bætið wok grænmetinu út í og bíðið eftir að vatnið gufar upp.
3. Steikið síðan allt saman aftur. Hræra grænmetið með kjöti er líka bragðgott með salti og pipar og borið fram.

68. Túnfiskur með chili spírum

hráefni

- 180 g túnfiskflök (ferskt)
- 1 chilipipar
- 1 hvítlauksgeiri
- 50 g baunaspírur
- 50 g linsubaunaspírur
- 2 vorlaukar
- 1 msk chilisósa
- 1 msk ostrusósa
- 1 msk sojasósa
- 1 klípa af maíssterkju
- salt
- pipar

- Sesamolía (til steikingar)

undirbúningur

1. Skerið túnfiskflökið í 2 cm teninga. Haldið chilli langsum, fjarlægið kjarnann og saxið hvítlauksrifið smátt. Saxið vorlaukinn smátt. Hitið smá sesamolíu á wok pönnu. Bætið vorlauk, chilli og hvítlauk út í og svitnaði í þeim. Bætið spírunum út í og kryddið allt með salti og pipar. Kryddið að lokum með chilli sósu. Taktu grænmetið aftur út og haltu því heitt. Þurrkaðu nú wokpönnuna með eldhúspappír. Hitið aftur sesamolíu og steikið túnfiskbitana stuttlega á öllum hliðum (þeir ættu samt að vera safaríkir að innan). Á meðan skaltu hræra saman ostrusósu, sojasósu, maíssterkju og um 2 matskeiðar af vatni. Hellið þessari krydduðu sósu yfir túnfiskinn. Raðið heitu chillispírunum á diska og setjið túnfiskbitana ofan á.

69. Tempura af laxi og grænmeti

hráefni

- 150 g laxaflök
- 150 g grænmeti (ef þú vilt - vorlaukur, soðnar kartöflur ..)
- 50 g tempura hveiti (fæst í Asíubúðinni)
- 80 ml sódavatn (kalt)
- smá salt
- Olía til steikingar)
- sojasósa
- Wasabikren-mauk (og engifer sem skraut)

undirbúningur

1. Skerið laxinn í 5 x 2 cm strimla. Skerið grænmetið í hæfilega stóra bita eða strimla. Blandið sléttu tempura deigi úr hveiti, sódavatni og klípu af salti með sleif. Hitið olíuna á viðeigandi pönnu eða wok. Dragðu laxabitana og grænmetið í gegnum deigið og steiktu þau sundandi í fitunni við mjög háan hita (u.þ.b. 180°C) í um hálfa mínútu. (Bætið aldrei of mikið af steiktum mat í einu, vinnið frekar í nokkrum skömmtum svo olían kólni ekki.) Fjarlægið tilbúna tempura, látið renna vel af á eldhúspappír og berið fram með sojasósu, wasabi og súrsuðu engifer.

70. Japanskt núðlusalat

hráefni

- 2 kínakálsblöð
- 5 vorlaukar (grænir af þeim)
- 1 gulrót (bleikt)
- 250 kg pasta (að eigin vali)
- 3 skinkusneiðar (soðnar)
- 1/2 agúrka (afhýdd)

Sósa:

- 3 msk Tamari sojasósa
- 2 msk sykur
- 5 msk kjúklingasúpa
- 1 tsk wasabi (piparrótarduft)

- 1 tsk sesamolía
- 3 msk hrísgrjónavínsedik

Omelette:

- 2 egg
- 1 msk vatn
- 1 tsk maíssterkju

undirbúningur

2. Fyrir japanska núðlusalatið, leysið sykurinn upp í ediki. Blandið saman við önnur hráefni sósunnar.
3. Blandið 2 þeyttum eggjum, skeið af vatni og 1 tsk af maís í eggjakökublöndu og steikið á pönnu með smá olíu. Skerið síðan í strimla.
4. Skerið öll önnur hráefni í litla bita. Setjið gulrótar- og kínakálsblöðin til hliðar, hrærið restina í salatskál.
5. Sjóðið pastað þar til það er mjúkt og á síðustu stundu bætið við káli og gulrótum.
6. Sigtið og skolið stuttlega með köldu vatni. Bætið í salatskálina og marinerið með sósunni. Látið japanska núðlusalatið liggja í bleyti og berið fram.

SÚPUUPPskriftir

71. Misósúpa með shiitake sveppum

hráefni

- 3 shiitake sveppir (þurrkaðir)
- 8 g wakame (þurrkað)
- 1200 ml vatn (fyrir súpuna)
- 3 msk miso paste
- 115 g tófú (gróft skorið)
- 1 vorlaukur (aðeins sá græni)

undirbúningur

1. Fyrir misósúpuna með shiitake sveppum skaltu fyrst setja þurrkaða sveppi og wakame þörunga sérstaklega í heitt vatn í 20 mínútur og tæma síðan. Skerið í þunnar sneiðar.
2. Látið suðuna koma upp, hrærið miso-maukinu út í, bætið sveppunum út í og látið malla í 5 mínútur við vægan hita.
3. Dreifið tófúinu og þörungunum jafnt á 4 forhitaða súpubolla, fyllið misósúpuna með shiitake sveppum og stráið vorlauk á borðið.

72. Vegan misósúpa

hráefni

- 1 lítri af grænmetissúpu
- 4 tsk misopasta (létt)
- 6 shiitake sveppir
- 1/2 msk sesamolía
- 1 msk sojasósa
- 1/2 tsk engiferduft
- 150 g tofu
- 1 msk wakame

undirbúningur

1. Fyrir vegan misósúpuna skaltu leggja wakama þörungana í bleyti í 15 mínútur og skola vel af. Skerið shitake sveppina í litla bita og blandið grænmetissúpunni, sesamolíu, sojasósu og engifer saman við í potti. Látið súpuna sjóða í 5 mínútur.

2. Skerið wakameae og tofu í litla bita og bætið í pottinn. Takið súpuna af hellunni og hrærið miso-maukinu saman við. Vegan misósúpuréttturinn og berið fram.

73. Ramen súpa með piparrót

hráefni

- $\frac{1}{2}$ stangir Allium (blaðlaukur)
- 1 laukur
- 2 hvítlauksgeirar
- 80 grömm af engifer (ferskt)
- 2 matskeiðar af olíu
- 1 svínahnúi
- 1 kíló af kjúklingavængjum
- salt
- 2 stykki (kombu þörungar; þurrkaðir þörungar; Asíubúð)
- 30 grömm af þurrkuðum shiitake
- 1 búnt af vorlauk

- 2 msk sesamfræ (létt)
- 1 blað af nori
- 6 egg
- 300 grömm af ramen núðlum
- 50 grömm misó (létt)
- 2 msk Mirin (japanskt hvítvín)
- 65 grömm af piparrót
- Sesamolía (ristað)

undirbúningur

1. Hreinsið og þvoið blaðlaukinn og skerið í stóra bita. Afhýðið laukinn og hvítlaukinn, fjórðu laukinn. Þvoið 60 g af engifer og skerið í sneiðar. Hitið olíu á pönnu. Ristið blaðlauk, lauk, hvítlauk og engifer í honum við háan hita þar til hann er ljósbrúnn.
2. Setjið steikta grænmetið með skolaða svínahnúknum og kjúklingavængjum í stóran pott og fyllið upp með 3,5 lítra af vatni. Hitið allt hægt að suðu og látið malla við vægan hita án loks í um 3 klst. Fjarlægðu hækkandi froðu. Eftir 2 klukkustundir skaltu krydda soðið með salti.
3. Hellið soðinu í gegnum fínt sigti í annan pott (gerir ca. 2,5-3 l). Kannski fituhreinsa soðið aðeins. Þurrkaðu kombu þangið af með rökum

klút. Bætið shiitake sveppunum og kombu þörungunum út í heita soðið og látið malla í 30 mínútur.

4. Fjarlægðu svínakjötið af börknum, fitunni og beinum og skerið í hæfilega stóra bita. Ekki nota kjúklingavængina í súpuna (sjá ráð).
5. Afhýðið engiferið sem eftir er og skerið í þunnar strimla. Hreinsið og þvoið vorlaukinn, skerið í fína hringa og setjið í kalt vatn. Ristið sesamfræin á þurri pönnu þar til þau eru ljósbrún. Skerið nori þangið í fjórða hluta, ristið í stutta stund á þurri pönnu og skerið í mjög fína strimla. Tínið egg, sjóðið í sjóðandi vatni í 6 mínútur, skolið með köldu vatni, afhýðið vandlega. Sjóðið pastað í sjóðandi vatni í 3 mínútur, hellið í sigti, skolið stuttlega með köldu og skolið síðan af.
6. Takið sveppina og combi-þörungana úr soðinu. Fjarlægðu sveppastilka, saxaðu sveppahettur smátt, ekki lengur nota samþörunga. Hitið soðið (ekki sjóða). Hrærið miso paste og mirin út í, bætið söxuðum shiitake sveppum út í. Tæmið vorlaukinn í sigti. Afhýðið piparrótina.
7. Skiptið soðinu í skálar. Setjið svínahnúðinn, núðlur, helminga egg, sesamfræ, engifer,

vorlauk og nori þang út í. Berið fram með miklu af nýrifriðri piparrót og sesamolíu.

74. Tofu misósúpa með soba núðlum

hráefni

- Soba (soba núðlur: spaghetti úr bókhveiti og hveiti)
- 2 tsk sesamolía (ristuð)
- 1 msk sesamfræ
- 4 vorlaukar
- 2 mini agúrkur
- 100 grömm af spínatlaufum
- 200 grömm af tofu
- $1\frac{1}{4}$ lítra grænmetiskraftur
- 1 stykki af engifer (ca. 20 g)
- 2 tsk (instant wakame þörungar)

- $2\frac{1}{2}$ msk Shiro miso (mauk frá lífrænum eða asískum markaði)
- Kóríanderlauf (til skrauts)

undirbúningur

1. Eldið soba núðlurnar samkvæmt leiðbeiningunum á pakkanum. Hellið í sigti, skolið vel af og blandið saman við sesamolíuna. Ristið sesamfræin á pönnu sem festist ekki þar til þau eru gullinbrún. Taktu það af eldavélinni og láttu það kólna.
2. Hreinsið og þvoið vorlaukinn, skerið hvítu og ljósgrænu hlutana í fína hringa. Þvoið gúrkurnar og skerið í um það bil 3 cm langa stangir. Raðið spínatinu, þvoið og hristið þurrt, fjarlægið grófa stilka. Þurrkaðu tófúið og skerið í 2 cm teninga.
3. Látið suðuna koma upp í potti. Afhýðið engiferið og skerið í sneiðar, bætið út í soðið með þanginu og látið malla í um 2 mínútur. Blandið miso-maukinu saman við 5 matskeiðar af vatni þar til það er slétt, bætið við soðið og látið sjóða í 5 mínútur í viðbót. Bætið svo tófúi, vorlauk og gúrku út í súpuna og látið suðuna koma upp.

4. Til að bera fram skaltu þvo kóríander og hrista það þurrt. Dreifið soba núðlunum og spínatinu í skálar eða bolla og hellið sjóðandi soðinu yfir. Dreifið ristað sesamfræjum og kóríanderlaufum ofan á. Berið fram strax.

75. Japansk súpa

- **hráefni**
- Mögulega 2 matskeiðar af þurrkuðu þangi (wakame)
- 50 g shiitake sveppir eða mögulega sveppir
- 1 gulrót (stór)
- 1 laukur (lítill)
- 100 g blaðlaukur
- 2,5 tsk Dashi-no-moto (japanskt fiskisúpuduft, A Laden; eða instant nautakraftur)
- 3 msk ljós sojasósa (Usukuchi)
- 1 teskeið af salti
- 2 egg

undirbúningur

1. Leggið þörungana í bleyti í köldu vatni í að minnsta kosti 2 tíma, kreistið varlega út og skerið af.

2. Rífið sveppina af og skerið í þunnar sneiðar, afhýðið gulræturnar, skerið í stöng.

3. Afhýðið laukinn og skerið í hálfa hringa, hreinsið blaðlaukinn, skerið í tvennt og fyrst í 3 cm langa bita, síðan í strimla.

4. Blandið fiskisúpuduftinu saman við 1,1 lítra af sjóðandi vatni, bætið sojasósunni út í og saltið. Steikið grænmetið í súpunni í um 2 mínútur.

5. Blandið eggjunum saman og hellið rólega út í súpuna í þunnum straumi (frá ca. 40 cm hæð). Látið standa í 1 mínútu og berið súpuna á borðið.

76. Japansk sveppanúðlusúpa

hráefni

- 1200 ml Dashi súpa
- 1 msk mirin; eða sakir
- 1 msk hrásykur
- 1 stykki af engifer (ferskt, rifið)
- Sojasósa; eftir þörfum

Innlegg:

- 350 g Mjög fínar kínverskar eggjanúðlur, td ramen
- 3 fínir vorlaukar
- 1 laus gúrka (lítil)

- 100 g Enoki sveppir
- 100 g mjög litlir ostrusveppir
- 50 g spínat (lauf)
- 150 grömm af tofu; skera í strimla eða teninga

undirbúningur

1. Prófaðu þennan ljúffenga pastarétt:
2. Látið súpuna sjóða, kryddið með sykri, hrísgrjónavíni, engifer og sojasósu. Sjóðið pastað í stutta stund í sjóðandi söltu vatni þar til það er al dente, hellið af og dreifið jafnt í súpuskálar.
3. Saxið vorlaukinn, flysjið gúrkuna, skerið í tvennt, kjarnhreinsið og skerið í mjóa strimla. Dreifið jafnt í bökunarskálarnar með sveppunum.
4. Hellið heitri súpu yfir. Berið fram.

77. Japanskt núðlusalat

hráefni

- 2 kínakálsblöð
- 5 vorlaukar (grænir af þeim)
- 1 gulrót (bleikt)
- 250 kg pasta (að eigin vali)
- 3 skinkusneiðar (soðnar)
- 1/2 agúrka (afhýdd)

Sósa:

- 3 msk Tamari sojasósa
- 2 msk sykur
- 5 msk kjúklingasúpa
- 1 tsk wasabi (piparrótarduft)
- 1 tsk sesamolía

- 3 msk hrísgrjónavínsedik

Omelette:

- 2 egg
- 1 msk vatn
- 1 tsk maíssterkju

undirbúningur

1. Fyrir japanska núðlusalatið, leysið sykurinn upp í ediki. Blandið saman við önnur hráefni sósunnar.
2. Blandið 2 þeyttum eggjum, skeið af vatni og 1 tsk af maís í eggjakökublöndu og steikið á pönnu með smá olíu. Skerið síðan í strimla.
3. Skerið öll önnur hráefni í litla bita. Setjið gulrótar- og kínakálsblöðin til hliðar, hrærið restina í salatskál.
4. Sjóðið pastað þar til það er mjúkt og á síðustu stundu bætið við káli og gulrótum.
5. Sigtið og skolið stuttlega með köldu vatni. Bætið í salatskálina og marinerið með sósunni. Látið japanska núðlusalatið liggja í bleyti og berið fram.

78. súrsæt súpa

hráefni

- 150 g kjúklingabringur (eða 1 dós af túnfiski)
- 1-2 l kjúklingasúpa
- 1/2 tsk salt
- 2 msk sojasósa
- 1 msk edik
- 1 Tómatsósan
- 1 handfylli af múrsteinum
- 1 handfylli af shiitake sveppum
- 2 kerrur
- 2 msk hnetuolía
- 3 msk sterkja

undirbúningur

1. Fyrir súpuna, útbúið kjúklingasoðið daginn áður eða leysið upp 2 kjúklingasúputeninga í heitu vatni.
2. Skerið kjúklinginn smátt og blandið saman við marinering af sojasósu, salti, ediki og tómatsósu. Látið malla í að minnsta kosti 30 mínútur.
3. Saxið múrsteinana og shitake-sveppina og rífið gulræturnar. Hitið hnetuolíuna í wok og steikið kjúklinginn í henni.
4. Skreytið með volgri kjúklingasúpunni og látið suðuna koma upp. Bætið við gulrótum, múrsteinum og shitake sveppum og látið malla.
5. Leysið sterkju upp í 5 msk af volgu vatni og hrærið rólega út í súpuna. Látið suðuna koma upp aftur. Þeytið eggin í skál og þeytið vel.
6. Bætið nú eggjablöndunni fljótt út í heitu súpuna með matskeið - gerðu hringlaga hreyfingar svo eggið dreifist vel.
7. Kryddið eftir smekk með salti, pipar og sykri.

79. Japansk grænmetissúpa

hráefni

- 8 sveppir (stórir)
- 125 g baunaspírur
- 250 g bambussprotar
- 100 g spínat
- 3 egg
- 800 ml af kjúklingasoði

undirbúningur

1. Baunauppskrift fyrir alla smekk:
2. Hreinsið, skolið og skolið sveppina. Skerið í litlar sneiðar.

3. Hellið baunaspírunum og bambussprotunum í sigti og látið renna vel af.
4. Skerið bambussprotana í mjóar ræmur.
5. Veljið spínatið, skolið og skerið líka í strimla.
6. Dreifið grænmetinu jafnt á 4 ofnfasta súpubolla.
7. Blandið súpunni saman við eggin og hellið yfir grænmetið.
8. Lokaðu bollunum með álpappír, settu þá í ofnpönnu og helltu sjóðandi vatni yfir.
9. Setjið í upphitaða eldavélina (E: 175 ° C) og eldið í um hálftíma.
10. Fjarlægðu og færðu að borðinu á staðnum.
11. Ef þér líkar ekki við bambussprota geturðu líka notað ræmur af kínakáli.

80. Japansk súpa með þangi

hráefni

- 1000 ml af grænmetissúpu
- 80 ml sojasósa
- 1 sendibíll; 10x10 cm blettir (þurrkaðir brúnþörungar)
- 20 g bonito flögur
- 10 shiitake sveppir (ferskir)
- 20 g af Mu-Err sveppum
- 150 g tempeh
- 30 g wakame

undirbúningur

1. Fyrir grunnsoðið, skafið samsetninguna stuttlega af með blautri skál og hitið að suðu í köldu grænmetissúpuréttinum og með bonito flögum. Takið glæru súpuna af hellunni og hellið henni í gegnum fínt sigti. Ekki halda áfram að nota kombu og bonito.
2. Þetta grunnefni er einnig fáanlegt sem fullunnin vara. Það heitir þá Dashi-no-Moto og er aðeins blandað í vatn.
3. Leggið mu-err sveppina í bleyti í köldu vatni og skerið shii-take sveppina og tempeh í teninga. Hitaðu Shii Taktu sveppi, Mu Err sveppi, tempeh og wakame í tæru súpunni og færðu þá heita á borðið.

KJÖTUPPLÝSINGAR

81. Nautakjöt og laukrúllur

hráefni

- 4 sneiðar (s) sirloin steik (obláturþunn, eða roastbeef eða nautaflök)
- 4 vorlaukar
- 1 tsk af sykri
- 2 tsk sojasósa
- Engifer (ferskt hakkað)
- 1 tsk sherry

- Olía (til steikingar)

undirbúningur

1. Fyrir nautakjöt og laukrúllur, skera fyrst vorlaukinn langsum í strimla. Leggið kjötið ofan á, hyljið með vorlauksstrimlum og rúllið þétt upp.
2. Blandið saman sojasósu, sykri, smá engifer og sherry fyrir marineringuna.
3. Setjið kjötsúlurnar út í og látið marinerast í um 30 mínútur.
4. Lyftið síðan upp úr og steikið nautakjötið og laukrúllana á grillinu eða á pönnu (með smá heitri olíu) í um 3 mínútur þar til þær eru gullinbrúnar á báðum hliðum.

82. Gljáður kjúklingur með sesamfræjum

innihaldsefni

- 1 kg kjúklingalundir
- 50 g engifer
- 1 hvítlauksgeiri
- 100 ml Mirin (sætt hrísgrjónavín; að öðrum kosti sherry)
- 100 ml sojasósa (japansk)
- 2 msk sykur
- salt
- 2 msk sesamolía

undirbúningur

1. Fyrir kjúklinginn með sesam, þvoðu kjúklingaleggina af og ef þú keyptir heilu kjúklingalætur, skerðu þá í tvennt.
2. Fjarlægðu hýðina af engiferinu og rífðu það. Afhýðið og stappið hvítlaukinn. Hrærið 1 1/2 tsk af engifer og hvítlauk með sykri, sojasósu, mirin, klípu af salti og nokkrum dropum af sesamolíu. Setjið kjötið í marineringuna þannig að það sé vel þakið á öllum hliðum. Lokið og látið standa í kæliskáp í að minnsta kosti 3 klukkustundir, helst eina nótt.
3. Takið kjötið úr marineringunni og látið renna vel af. Steikið brúnt á báðum hliðum í heitri olíu. Hellið olíunni af og hellið marineringunni yfir kjötið. Látið malla í lokuðu pönnu við lágan hita í 20 mínútur.
4. Steikið kjötið á opinni pönnu í 5 mínútur í viðbót þar til sósan er orðin síróp. Kjúklingurinn með sesamfræjum ber þá best fram með hrísgrjónaskál.

83. Japanskt svínasteikt

hráefni

- 600 g svínakjöt (öxl eða bol)
- salt
- Kómafræ
- 50 g fita
- 10 grömm af hveiti
- 1 laukur (sneiddur)
- 50 g sellerí (sneið)
- 1 msk sinnep
- vatn

undirbúningur

1. Fyrir japanska svínasteikið, steikið laukinn og selleríið í heitri fitu. Nuddið kjötið með

kúmenfræjum og salti, setjið á grænmetið og steikið bæði.

2. Hellið vatni yfir eftir 1/2 klst. Skömmu síðar bætið sinnepinu út í. Að lokum er safinn dustaður í, látið suðuna koma upp og sigtið. Berið fram japanska svínasteikið.

84. Nautakjötsrúllaðir með barnagulrótum

hráefni

- 500 g nautakjöt (mjög þunnt skorið)
- 24 barnagulrætur (eða 1 1/2 gulrætur)
- salt
- Maíssterkju
- 1 msk mirin
- 1 msk sojasósa undirbúningur
- pipar

undirbúningur

1. Fyrir nautakjötsrúllurnar blandið saman mirin og sojasósu í skál. Skerið gulræturnar í

fjórða hluta og setjið í örbylgjuofn með vatni.

2. Eldið í örbylgjuofni í 3-4 mínútur. Saltið og piprið nautakjötið og veltið 2 fjórðu gulrótum í 1 sneið hvor. Snúðu fullbúnu rúllunum í maíssterkju.
3. Hitið olíuna á pönnu og steikið rúllurnar í henni. Hellið sósunni yfir og látið þykkna. Nautakjötsrúllurnar með hrísgrjónum eða salati bera fram.

85. Asískar núðlur með nautakjöti

hráefni

- 200 g udon núðlur
- 300 g nautakjöt
- 1 blaðlaukur (s)
- 1 msk sojasósa
- 1 lime
- 1 tsk chilli (malað)
- 3 msk sesamolía (til steikingar)
- 50 g baunaspírur

undirbúningur

1. Fyrir asísku núðlurnar með nautakjöti, eldið núðlurnar samkvæmt leiðbeiningum á pakkanum.
2. Saxið blaðlaukinn smátt og skerið nautakjötið í teninga. Hitið olíuna og steikið blaðlauk og nautakjöt í henni.
3. Bætið baunaspírunum, limesafanum, chilliflögum og sojasósu út í og steikið í 2 mínútur í viðbót.
4. Asísku núðlurnar með nautarétti saman og bera fram.

86. Wok grænmeti með kjöti

hráefni

- 400 g svínakjöt
- 580 g steikt grænmeti (igloo)
- 6 msk repjuolía
- marjoram
- timjan
- salt
- pipar

undirbúningur

1. Fyrir hrært grænmetið með kjöti, skera fyrst svínakjötið í teninga og bleyta það í blöndu af repjuolíu, salti, pipar, marjoram og

timjan. Látið malla í að minnsta kosti 3 tíma, helst yfir nótt.

2. Setjið svínakjötið í wok án viðbótarolíu og steikið þar til það er heitt. Bætið wok grænmetinu út í og bíðið eftir að vatnið gufar upp.
3. Steikið síðan allt saman aftur. Hræra grænmetið með kjöti er líka bragðgott með salti og pipar og borið fram.

87. Japanskur BBQ svínakjöt

hráefni

- 400 g svínakjöt (þunnt sneið)
- 1/4 laukur
- 1 stykki af engifer (lítið)
- 1 vorlaukur
- 2 hvítlauksgeirar (pressaðir)
- 2 chili (þurrkaðir)
- 2 msk sake
- 2 msk sojasósa
- 1 1/2 msk hunang
- 1/2 tómatsósa
- 1 msk sesamfræ (ristað)
- pipar

undirbúningur

1. Fyrir japanskan BBQ svínakjöt, rífðu laukinn og engiferið í skál.
2. Saxið vorlaukinn og blandið öllu hráefninu saman í marinering. Leggið svínakjötið í marineringunni í 1 klst. Grillið svínakjötið á báðum hliðum þar til það er stökkt.
3. Berið fram japanska BBQ svínakjötið.

88. Japansk vararibbein

hráefni

- 1 kg af spareribs
- 1 bolli (s) af sojasósu
- 1 bolli (s) af mirin
- 1/2 bolli (s) af sykri
- 1/4 bolli (s) kóreskt heitt piparmauk (Sun Kochuchang)
- 6 hvítlauksgeirar (pressaðir)
- 2 msk sesamolía
- 1 msk sesamfræ
- 1 vorlaukur

undirbúningur

1. Fyrir japanska vararifið skaltu blanda öllu hráefninu saman í skál. Látið vararibsin liggja í marineringunni yfir nótt.
2. Grillið safaríkt á grillinu.

89. Soba núðlur með kjúklingi

hráefni

- 250 g soba núðlur (japanskar núðlur)
- 1 tsk engifer safi (ferskur)
- 200 g kjúklingabringur
- 140 g vorlaukur
- 2 msk hnetuolía
- 400 ml Ichiban Dashi (grunnsúpa)
- 140 ml sojasósa (helvíti)
- 1 msk mirin
- 2 msk nori þang
- 2 msk Katsuo-Bushi (þurrkaðar bonito flögur)
- 1 msk sesam (ristað)

undirbúningur

1. Fyrir soba núðlur með kjúklingi, eldið fyrst núðlurnar í söltu vatni þar til þær eru al dente, tæmdu síðan og skolaðu með heitu vatni. Tæmdu. Notaðu þau eins fljótt og auðið er, annars bólgna þau og missa styrkinn.
2. Skerið kjúklinginn í fingurþykkar ræmur og dreypið engifersafa yfir. Setjið fínt saxaða laukinn í heita olíuna. Pústaðu dashi með mirin og sojasósu. Hrærið útvatnað pasta saman við.
3. Dreifið núðlunum jafnt í skálar, setjið kjöt- og laukblönduna yfir, stráið fínt söxuðum þangi, bonito spænum og sesamfræjum yfir. Komið með soba núðlur með kjúklingi á borðið.

90. Pasta með nautakjöti og grænmeti

hráefni

- 10 g af Mu-Err sveppum
- salt
- 250 grömm af nautakjöti; eða svínakjöt, Ge
- 300 g blandað grænmeti (td blaðlaukur, gulrætur)
- 100 g sojabaunaplöntur
- 2 msk hnetuolía
- 1 msk engifer (mjög smátt saxað)
- 2 hvítlauksgeirar
- 400 g kínverskar núðlur
- salt
- 250 ml af kjúklingasúpu
- 1 tsk maíssterkja

- 2 msk sake (eða þurrt sherry)
- 2 msk sojasósa
- 1 klípa af Sambal Ölek

undirbúningur

1. Pastaréttir eru alltaf ljúffengir!
2. Leggið sveppina í bleyti í vatni. Búið til pasta í léttsöltu vatni. Skerið kjötið í fínar, litlar sneiðar. Hreinsið grænmetið og skerið í strimla ef hægt er. Blasaðu (brenndu) baunaspírurnar í sigti með sjóðandi vatni.
3. Hitið 1 matskeið af olíu á stórri pönnu eða wok. Hellið kjötinu út í og steikið hratt og snúið stöðugt við. Takið út og setjið til hliðar.
4. Hellið olíunni sem eftir er á pönnuna. Steikið grænmetið, tæmdar sojaplöntur, sveppina, engiferrótina og kreista hvítlaukinn í stutta stund með 2 klípum af salti á meðan hrært er í. Takið úr steikinni og bætið út í kjötið.
5. Blandið öllu hráefninu í sósuna, bætið á pönnuna eða mögulega wokpönnuna og hrærið á meðan hrært er. Kryddið eftir þörfum. Blandið grænmetinu og steiktu kjötinu saman við heitu sósuna. Ekki gera það lengur.
6. Setjið kjötið og grænmetið með sósunni á tæmt pasta.

LIÐFJÁR

91. Yaki Udon með kjúklingabringum

hráefni

- 200 g yaki udon (þykkar hveitinúðlur)
- 300 g blandað hrært grænmeti
- 200 g kjúklingabringur
- 1 tsk sesamolía
- 4 msk sólblómaolía
- 1/2 tsk hvítlauks chilli (hvítlaukur blandaður við hakkað chilli)

- 1 stykki (2 cm) af fersku engifer
- 2 msk sojasósa
- 1 msk sykur
- 1 tsk sesamfræ til skrauts

undirbúningur

1. Fyrir yaki udon, látið sjóða nóg af vatni og eldið núðlurnar í því í um það bil 5 mínútur. Sigtið, skolið í köldu vatni og skolið af.
2. Skerið kjúklingaflökið og hreinsað grænmeti í fingrabreiðar ræmur, saxið engiferið.
3. Hitið wok eða þunga pönnu, hellið sesam- og sólblómaolíu út í og hitið. Steikið lengjur af grænmeti og kjöti í því. Bætið hvítlauk chilli, sykri, sojasósu og engifer út í og steikið í 3 mínútur. Bætið pasta saman við og steikið einnig í stutta stund.
4. Raðið yaki udon í skálar og stráið sesamfræjum yfir áður en það er borið fram.

92. Chilli kjúklingur hrísgrjón pönnu

hráefni

- 8 kjúklingahnúar (litlir)
- 1 pakki af Knorr Basis Crispy Chicken Legs
- 1 teningur af Knorr glærri súpu
- 200 g Basmati Journey
- 4 tómatar (litlir)
- 2 msk paprikuduft
- 2 msk tómatmauk
- 1 stk. Paprika (rauð)
- Chilli (til að krydda)
- Steinselja (fersk)

undirbúningur

1. Fyrir chilli kjúklingur hrísgrjón pönnu, undirbúa kjúklingaskankinn á KNORR grundvelli samkvæmt leiðbeiningum á pakkanum.
2. Á meðan steikið hrísgrjónin í potti án þess að bæta við fitu. Skreytið með þrefalt magni af vatni og látið suðuna koma upp með paprikuduftinu, tómatmaukinu og súputeningnum. Látið hrísgrjónapönnuna með chilli kjúklingi malla þar til hrísgrjónin eru mjúk.
3. Í millitíðinni, skerið paprikuna og tómatana í stóra bita og bætið við kjúklinginn. Blandið soðnu hrísgrjónunum saman við hnúana og berið fram með steinselju.

93. Kjúklingur í krydduðu súrmjólkurbrauði

hráefni

- 500 g kjúklingur (drumsticks eða kjúklingavængir)
- 150 ml súrmjólk
- 4 hvítlauksrif (pressuð)
- 1 chilli (fínt saxað)
- 1 msk sítrónusafi
- salt
- pipar
- 3 msk hveiti (hrúgað)

undirbúningur

1. Fyrir kjúklinginn í sterkri súrmjólkurbrauði, blandið hráefninu fyrir marineringuna vel saman og leggið kjúklingabitana í bleyti í um það bil 1 klst. Hristið hveiti og kjúkling vel í lokanlegum poka.
2. Bakið í miklu af heitri sólblómaolíu við 170°C í um 8 mínútur. Þegar þær eru orðnar gullgular, takið þær úr fitunni og látið renna af þeim í stutta stund á eldhúspappír.
3. Dreypið tilbúnum kjúklingnum í sterkan súrmjólkurbrauð með ferskum sítrónusafa áður en hann er borinn fram.

94. Kjúklingaleggir með tómötum

hráefni

- 4 kjúklingaleggir
- 50 g reykt beikon (til að tyggja)
- salt
- pipar
- 100 g Thea
- 1 laukur (hakkað)
- 100 g Zeller (rifinn)
- 3 stykki tómatar
- 1 msk hveiti (slétt)
- 1/2 búnt af steinselju (hakkað)

undirbúningur

1. Fyrir kjúklingaleggina með tómötum, svellið kjúklingaleggina með beikoninu, kryddið með salti og pipar og steikið í heitu THEA.
2. Bætið við lauk og kjallara og steikið stuttlega. Gufið tómatana í smá söltu vatni, síið og bætið við kjúklingaleggina. Soðið við lágan hita í 35 mínútur þar til kjötið er meyrt.
3. Stráið safanum með hveiti, látið suðuna koma upp aftur og berið fram kjúklingaleggina með tómötum stráðum steinselju.

95. Kjúklingaflök í arómatískri sósu

hráefni

- 200 g tofu (fast: litlir teningur)
- Olía (til steikingar)
- 15 g shitake sveppir (þurrkaðir)
- 200 ml grænmetiskraftur
- 6 msk tómatar (sígaðir)
- 4 msk miðlungs sherry
- 3 msk sojasósa
- 1 tsk engifer (ferskt, hakkað)
- 1 tsk hunang
- Chilli duft
- 2 matskeiðar olía
- 1 hvítlauksgeiri (fínt saxaður)

- 200 g kjúklingabringur (þunnar lengjur)
- salt
- 1 tsk maíssterkju
- 3 msk. Vatn (kalt)
- 1 gulrót (fínir blýantar)
- 80 g baunaspírur
- 2 vorlaukar (fínir hringir)

undirbúningur

1. Þurrkaðu tófúið og steiktu í olíu þar til það er gullbrúnt. Til að fjarlægja umfram fitu skaltu setja tófú teningana í stutta stund í heitt vatn, tæma og þvo af. Skolið þurrkuðu sveppina, hellið sjóðandi vatni yfir þá og látið bólgna í 1 klst. Tæmið, skolið af og skerið sveppina í þunnar sneiðar. Fyrir arómatísku sósuna skaltu blanda saman grænmetiskraftinum, tómatsósunni, miðlungs sherry, sojasósu, engifer, hunangi og smá chilli. Hitið 1 matskeið af olíu í wok eða pönnu sem festist ekki. Steikið hvítlaukinn og kjúklinginn í smástund, hrærið í og saltið létt. Blandið sveppunum saman við. Blandið arómatísku sósunni og tofu teningunum saman við. Allt látið malla undir loki í 10 mínútur. Blandið maíssterkjunni saman við 3

msk af köldu vatni þar til hún er slétt, hrærið saman við og látið malla í smá stund þar til sósan þykknar. Hitið 1 matskeið af olíu á húðuðu pönnu eða í wok undir lok eldunartímans. Steikið gulræturnar í henni í smástund á meðan hrært er, saltið létt. Blandið spírunum og vorlauknum saman við og steikið í stutta stund á meðan hrært er í. Blandið gulrótum, spírum og vorlauk saman við tófúið og kjúklinginn í arómatískri sósu.

96. Soba núðlur með kjúklingi

hráefni

- 250 g soba núðlur (japanskar núðlur)
- 1 tsk engifer safi (ferskur)
- 200 g kjúklingabringur
- 140 g vorlaukur
- 2 msk hnetuolía
- 400 ml Ichiban Dashi (grunnsúpa)
- 140 ml sojasósa (helvíti)
- 1 msk mirin
- 2 msk nori þang
- 2 msk Katsuo-Bushi (þurrkaðar bonito flögur)
- 1 msk sesam (ristað)

undirbúningur

1. Fyrir soba núðlur með kjúklingi, eldið fyrst núðlurnar í söltu vatni þar til þær eru al dente, tæmdu síðan og skolaðu með heitu vatni. Tæmdu. Notaðu þau eins fljótt og auðið er, annars bólgna þau og missa styrkinn.
2. Skerið kjúklinginn í fingurþykkar ræmur og dreypið engifersafa yfir. Setjið fínt saxaða laukinn í heita olíuna. Pústaðu dashi með mirin og sojasósu. Hrærið útvatnað pasta saman við.
3. Dreifið núðlunum jafnt í skálar, setjið kjöt- og laukblönduna yfir, stráið fínt söxuðum þangi, bonito spænum og sesamfræjum yfir. Komið með soba núðlur með kjúklingi á borðið.

97. Soba núðlur

hráefni

- 250 g soba núðlur (japanskar bókhveiti núðlur)
- 140 g vorlaukur
- 400 ml Ichiban Dashi (súpa, japönsk)
- 1 tsk engifer safi (ferskur)
- 200 g kjúklingur (bringur)
- 2 msk Katsuo-Bushi (þurrkaðar bonito flögur)
- 1 msk sesam (ristað)
- 2 msk hnetuolía
- 1 msk mirin
- 2 msk nori þang
- 140 ml sojasósa (helvíti)

undirbúningur

1. Fyrir soba núðlur, eldið núðlurnar í söltu vatni þar til þær eru al dente, síið og skolið með heitu vatni. Tæmdu.
2. Skerið kjúklinginn í litla fingurþykka strimla og dreypið engifersafa yfir. Steikið fínt saxaðan lauk og kjúkling í heitri olíu.
3. Hitið dashi með sojasósu og mirin að suðu. Hrærið útvatnað spaghettí saman við.
4. Berið fram soba núðlurnar sem kjúklingnum er stráð yfir, smátt söxuð þang, sesam og bonito spænir.

98. Hrærðar andabringur

hráefni

- 2 andabringur flök
- 3 skalottlaukar (mögulega fleiri)
- 1 engiferrót, um 5 sentimetrar
- 1 appelsína (ómeðhöndluð)
- 1 vorlaukur
- 1 rauður chilli pipar, mildur
- 2 msk sesamolía
- 2 msk jurtaolía
- 1 klípa af kanil
- 75 ml kjúklingasúpa
- 1 msk hunang

- 2 msk sake (japanskt hrísgrjónavín) (kannski meira)
- 2 msk sojasósa
- Pipar (nýmalaður)

undirbúningur

1. Skolaðu og þurrkaðu andabringuflökin og skerðu á ská í 1 cm þykkar sneiðar.
2. Afhýðið skalottlaukana og skerið í smátt. Afhýðið og rífið engiferið.
3. Skolið appelsínuna vandlega, afhýðið hýðið eða afhýðið börkinn og kreistið safann úr. Skerið hvíta og ljósgræna vorlaukinn í mjög mjóa hringa. Haldið og kjarnhreinsið chilli og skerið í þunnar strimla.
4. Hitið pönnuna eða, ef þarf, wokið, bætið við olíunum og hitið mjög vel. Steikið andabitana í þrjár til fjórar mínútur á meðan hrært er í. Bætið skalottlaukum og engifer út í og steikið í tvær mínútur í viðbót.
5. Hellið appelsínusafa, kanil, appelsínuberki, sake, kjúklingasúpu, hunangi, sojasósu og chilli út í og eldið við háan hita á meðan haldið er áfram að hræra. Kryddið vel með sojasósu og nýmöluðum pipar.

6. Setjið langkorna hrísgrjónin á disk og komdu með vorlaukshringum stráð andabringu á borðið.
7. Basmati hrísgrjón passa vel með.

99. Salat með kjúklingabringum og grænum aspas

hráefni

- 2 kjúklingabringur
- 3 msk sojasósa
- 3 msk sake (hrísgrjónavín) eða sherry
- 250 ml af kjúklingasúpu
- 200 g aspas
- salt
- 2 egg
- 1 msk sesamolía
- 3 msk hnetuolía
- Salatblöð
- 1 tsk ljós misó (baunamauk)

- 0,5 tsk wasabi (kryddað piparrótarduft)
- 1 tsk hrísgrjónaedik
- sykur

undirbúningur

1. Nuddið kjötið með skeið af sojasósu og sake hverri og látið marinerast í hálftíma.
2. Hellið í pott með sjóðandi glærri súpu og steikið varlega í fimm til átta mínútur við lágan hita. Látið kólna í sósunni.
3. Skerið skrælda aspasinn á horn í fimm sentímetra langa bita. Eldið í söltu vatni í um fimm mínútur þar til það er stökkt, eldið aðeins ábendingar í tvær mínútur.
4. Blandið eggjunum saman við skeið af sojasósu, sake og sesamolíu. Bakaðu næstum hálfgagnsærar eggjakökur við lágan hita á pönnu húðuð með hnetuolíu. Staflaðu þessum til skiptis með salatblöðum og rúllaðu upp, skera á ská í fína strimla.
5. Blandið tveimur matskeiðum af hnetuolíu, einni matskeið af sojasósu, einni matskeið af wasabi dufti, miso, sake og nokkrum dropum af glærri súpu saman í rjómalöguð vinaigrette. Kryddið með ediki og sykri.

6. Skerið kjúklinginn í litlar sneiðar, blandið saman við aspas og eggjakökulengjur, berið fram með vínaigrettunni og berið fram.

100. Yakitori

hráefni

- 8 msk sojasósa, japönsk
- 8 msk mirin
- 2 sneiðar af engifer, rifnar
- Steðjaspjót
- 400 g kjúklingur

undirbúningur

1. 2 sneiðar af engifer, rifnar, pressaðar
2. Kjúklingurinn er skolaður, þurrkaður og skorinn í litla teninga (ca. 2 cm kantlengd). Gerð er marinering úr sojasósunni, mirininu (sætu hrísgrjónavíni) og engifersafanum sem kjötið hvílir í í um hálftíma.

NIÐURSTAÐA

Japanskar uppskriftir bjóða upp á dásamlegt úrval af grœnmetisréttum og ekki grœnmetisœtum og þú œttir örugglega að prófa þessa stórkostlegu matargerð að minnsta kosti einu sinni á œvinni.

www.ingramcontent.com/pod-product-compliance
Lightning Source LLC
LaVergne TN
LVHW011016061026
849535LV00006B/1910